BEGINNER'S
YORUBA
with Online Audio

BEGINNER'S
YORUBA
with Online Audio

Kayode J. Fakinlede

Hippocrene Books, Inc.
New York

Audio files available at www.hippocrenebooks.com

Online audio edition, 2018.
Text copyright © 2005 Kayode J. Fakinlede
Audio copyright © 2005 Hippocrene Books, Inc.

All rights reserved.

Typesetting and design: Kayode J. Fakinlede

For information, address:
HIPPOCRENE BOOKS, INC.
171 Madison Avenue
New York, NY 10016
www.hippocrenebooks.com

Previous edition ISBN: 978-0-7818-1069-2

Cataloging-in-publication data available from the Library of Congress.

ISBN 978-0-7818-1371-6

CONTENTS

Preface.	5
Introduction	6
Lesson One	**7**
1.1 Dialogue: The Teacher	8
1.2 Common Yoruba Names.	10
1.3 Yoruba Alphabet	12
1.4 Yoruba Greetings.	16
1.5 Vocabulary.	18
1.6 The Yoruba People.	19
1.7 Map of Yorubaland.	20
1.8 Exercise.	21
Lesson Two	**23**
2.1 Dialogue: Good Afternoon.	24
2.2 Vocabulary.	26
2.3 Expressions.	27
2.4 Yoruba Words.	28
2.5 Yoruba Tone Patterns and Signs.	31
2.6 Exercise.	32
Lesson Three	**33**
3.1 Dialogue: Moji and Iyabo.	34
3.2 Vocabulary.	36
3.3 Expressions.	37
3.4 Pronouns.	38
3.5 Exercise.	43
Lesson Four	**45**
4.1 Dialogue: Ayo travels to Chicago.	46

4.2 Vocabulary.	48
4.3 Expressions.	49
4.5 Tenses.	50
4.5 Exercise.	59

Lesson Five **61**

5.1 Dialogue: Moji and Iyabo meet Ayo and Kunle...	62
5.2 Vocabulary.	64
5.3 Expressions.	65
5.4 Tenses, continued	66
5.5 Yoruba Literature.	72
5.6 Exercise.	73

Lesson Six **75**

6.1 Dialogue: Dele and Bimpe talk about home...	76
6.2 Vocabulary.	78
6.3 Expressions.	79
6.4 Simple Sentences.	80
6.5 Yoruba Songs.	83
6.6 Exercise.	87

Lesson Seven **89**

7.1 Dialogue: Ola and Simi meet for the first time ...	90
7.2 Vocabulary.	92
7.3 Expressions.	93
7.4 Numerals.	94
7.5 Yoruba Poetry.	102
7.6 Exercise.	107

Lesson Eight *109*

8.1 Dialogue: Ayo and Teni talk about sports.	110
8.2 Vocabulary.	112
8.3 Expressions.	113

8.4 Nouns. 114
8.5 Exercise. 119

Lesson Nine **121**
9.1 Dialogue: Congratulations. 122
9.2 Vocabulary. 124
9.3 Expressions. 125
9.4 Elision. 126
9.5 Yoruba Proverbs. 129
9.6 Exercise. 132

Lesson Ten **133**
10.1 Dialogue: Yemi and Bola look for jobs. 134
10.2 Vocabulary. 136
10.3 Expressions. 137
10.4 Question Types. 138
10.5 Yoruba Idioms. 144
10.6 Exercise. 147

Lesson Eleven **149**
11.1 Dialogue: Yemi and Bola find jobs. 150
11.2 Vocabulary. 152
11.3 Expressions. 153
11.4 Complex Verbs. 154
11.5 Yoruba Riddles. 159
11.6 Exercise. 161

Lesson Twelve **163**
12.1 Dialogue: Wale and Dupe talk about religion . . . 164
12.2 Vocabulary. 166
12.3 Expessions. 167
12.4 Adjectives. 168
12.5 Yoruba Religious Beliefs. 171

12.6 Exercise........................... 172

Lesson Thirteen.................... **173**
13.1 Dialogue: Seun returns from Nigeria 174
13.2 Vocabulary............................ 176
13.3 Expressions........................... 177
13.4 Adverbs.............................. 178
13.5 Yoruba Religious Beliefs, continued 184
13.6 Exercise.............................. 185

Lesson Forteen..................... **187**
14.1 Dialogue: Simi goes to the hospital.......... 188
14.2 Vocabulary............................ 190
14.3 Expressions........................... 191
14.4 Conjunctions.......................... 192
14.5 Prepositions........................... 199
14.6 Exercise.............................. 202

Lesson Fifteen..................... **203**
15.1 Dialogue: Taye and Yetunde meet at a market .. 204
15.2 Vocabulary............................ 206
15.3 Expressions........................... 207
15.4 Seasons And Times,..................... 208
15.5 Weights and Measures................... 211
15.6 Exercise.............................. 213

Exercise Key 215
Glossary English-Yoruba................ 249
Glossary Yoruba-English................ 263
Audio Track List..................... 279
Bibliography......................... 282

PREFACE

Yoruba is the language of more than thirty million people who live principally in Southwestern Nigeria, parts of Benin Republic, and Togo. It is also the language of worship in many countries of the diaspora, including Brazil, Cuba and Haiti, where people of Yoruba origin settled during the slave trade. Recent migrations of Yoruba-speaking people into the United States and many countries of Europe give the language more international importance.

I am pleased to acknowledge the assistance of Professor Antonia Yetunde Schleicher of the University of Wisconsin who provided me with the Yoruba fonts software that was used for putting the appropriate signs on the alphabets. I am also indebted to Dr. Bode Oduntan and Mr. Kole Ade-Odutola who went through the entire manuscript to make corrections and helpful suggestions.

I also express my appreciation to Messrs. Nicholas Williams and Robert Stanley Martin for contributing their time and talent to this project.

Finally, I take this opportunity to express my sincere appreciation to my children Olabamidele, Olakunle, Abimbola and Ayoola for their patience and understanding during the time it took to prepare this work.

K. J. Fakinlede

INTRODUCTION

Beginner's Yoruba is designed for use as both a classroom text and as a Teach Yourself tool for beginners. Practice dialogues, combined with grammatical explanations, will aid the student in understanding the basics of the language.

Since this is an introductory text, the Yoruba language has been presented in an informal, conversational form. This means that it is written in the form that a beginner would generally hear it spoken by Yoruba people living abroad or by college students.

Yoruba, like many others in Africa, is a tonal language. This means that the meaning of a word depends not only on the spelling but also on how it is pronounced. It is therefore very important to read the dialogue and other sections aloud. This may present some difficulty at first, since a reader has to follow the spellings of each word along with the 'doremi' signs that appear with them. However, with some practice, one finds that this is not as difficult as it may seem at first.

Each lesson contains a vocabulary section that highlights important aspects of the topic discussed in the chapter. Quizzes are integrated into the lessons to help the learner better understand the topic of discussion. A practice exercise is also given at the end of each lesson.

Finally, various aspects of Yoruba culture, including religion, songs, stories, and other areas of interest are discussed in this book.

LESSON ONE

1.1 DIALOGUE

Olùkọ́

Ẹ káàrọ̀
Orúkọ mi ni Pròfẹ́sọ̀ ....
Emi ni olùkọ́ yín.
Emi ni yóò kọ́ yín ní èdè Yorùbá.
Mo ní ìrètí pé ẹ óò gbádùn àsìkò yí.
Edè Yorùbá dùn púpọ̀ láti kọ́.
Bótilẹ̀jẹ́pé ó ṣòro díẹ̀ láti mọ̀.

The Teacher

Good Morning.
My name is Professor ....
I am your teacher.
I will be teaching you the Yoruba language.
I hope that you will enjoy this period.
The Yoruba language is very interesting.
It is, however, a bit difficult to learn.

LESSON **ONE**

1.2 COMMON YORUBA NAMES

The name of a child in Yorubaland carries a special meaning that depends on the circumstances surrounding its birth.

A male child born soon after the death of the father or grandfather may be called **Babátúndé** *(the father has come back)*. A female child born after the death of her grandmother may be called **Yétúndé**. The firstborn of twins is called **Táíwò**. The other is called **Kẹ́hìndé**.

Below is a list of common Yoruba names. Adopt one for yourself. Learn its spelling, meaning, and pronunciation. Also, try to remember the name adopted by each of your classmates and call them by it throughout the course.

1.2.1 Male Names:

Name	Meaning
Adé	The crown
Akin	Valor
Ayọ̀	Happiness
(Adé)Báyọ̀	(The crown) met with happiness
(Ọlá)Délé	(Wealth) has come home
(Olúwá)Fúnmi (lọ́lá)	(The Lord) gave me or (Lord) gives me (wealth)
(Olúwá)Fẹ́mi	(The Lord) loves me
Kọ́lá(wọlé)	Bring wealth (to my home)
Oyè	Chieftaincy
Ọlá	Wealth
Ọpẹ́(yẹmí)	Gratitude (befits me)
(Ọpẹ́)Yẹmí	(Gratitude) befits me
(Temí)Tọ́pẹ́	(This is enough for my) gratitude
(Adé)Wálé	(The crown) comes home
(Ọlá)Yínká	(Wealth) surrounds me

1.2.2 Female Names:

Name	Meaning
Ọlá	Wealth
Àjọkẹ́	We all pet her
Àníkẹ́	Given so she may be cared for
(Ọmọ́)Bọ́lá	(Child) comes (home) to wealth
(Olúwá)Bánkẹ	(The Lord) helps me care for her
(Adé)Bímpé	(Wealth) bore me fully
(Olú)Bùsọ́lá	(The Lord) adds to my wealth
(Mo)Dúpẹ́	(I) give thanks
(Olú)Fúnkẹ́	(The Lord) gave me (this) to care for
Fúnmi(lọ́lá, láyọ̀)	Give me (wealth, happiness)
Ìyábọ̀	Mother has come back
(olú)Kẹ́mi	(Use Wealth) to pet me
Mojí(bọ́lá)	I woke up (to find wealth)
(Adé)Rónkẹ́	(The crown) has someone to care of
(Olú)Rẹ̀mí	(The Lord) comforts me
Simi(sọ́lá)	Be contented (with wealth)
(Fọlá)Ṣadé	(Use wealth) as a crown
(Olú) Tẹ́ní(ọlá)	Spread a mat (of wealth)
Yéwándé	(Mother) comes looking for me
(Ọlá)Yínká	(Wealth) surrounds me

LESSON **ONE**

1.3 YORUBA ALPHABET

The Yoruba alphabet consists of twenty-five letters:

A	B	D	E	Ẹ	F	G	GB	H	I	J	K	L
a	b	d	e	ẹ	f	g	gb	h	i	j	k	l
M	N	O	Ọ	P	R	S	Ṣ	T	U	W	Y	
m	n	o	ọ	p	r	s	ṣ	t	u	w	y	

1.3.1 Consonants

B	D	F	G	GB	H	J	K	L	M	N	P	R
b	d	f	g	gb	h	j	k	l	m	n	p	r
S	Ṣ	T	W	Y								
s	ṣ	t	w	y								

Each consonant is pronounced with an e or ee after it:

	Pronouncd as:
b	be
d	dee
f	fee
g	glee (minus the l)
h	he
j	gee
k	key
l	lee

	Pronounced as:
m	me
n	knee
r	ree
s	see
ṣ	she
t	tea
w	we
y	ye

Almost all consonants have the same pronunciation as in English, except for **p**, **gb** and **ṣ**.

The Yoruba **p** is pronounced by closing one's lips closed initially and emitting a puff of air. The pronunciation is similar to a combined **k** and **p**.

The letter **gb** has no equivalent in the English language. It does not represent a separate pronunciation of **g** and **b** as spelled. It is articulated as a simultaneous release of both, following a contraction of the lips and throat muscles.

The letter ṣ is pronounced as **she** and as **sh** in use.

> Yoruba is a tonal language. This means that despite their spelling, the meaning of words may vary significantly depending on how they are pronounced. It is necessary for you to practice reading out the conversation in each chapter to improve your pronunciation.
>
> **Question:** Can I learn the Yoruba language without the 'doremi' signs?
> **Answer;** Yes, But there are some words that must always carry the sign to make sense. These are:
> 1. all monosyllabic words
> 2. some two-syllable words
>
> ¶ The dots under ṣ, ẹ and ọ are not considered to be signs but are integral parts of those letters. These cannot be omitted without changing the meaning of the words in which they are used.
>
> Signs are generally omitted in the following cases:
> 1. names of people and places
> 2. words with three or more syllables
> 3. some words with two syllables that are commonly used.

Below is a list of consonants and their English equivalents:

    g is pronounced as **g** in *girl* but never as in *gin*.

    r is like **r** in *run* but not as in *here*.

    w is like **w** in *war* but not as in *brown*.

    y is as **y** in *young* but not as in *boy*.

LESSON ONE

All other consonants are pronounced almost exactly as they are in English. However, the letters **w** and **y** are pronounced nasally when they are followed by nasal vowels.

1.3.2 Vowels

The Yoruba language has two types of vowels: the regular or oral vowels (**ábìdí alámìn geere**), with sounds coming entirely from the mouth, and the nasal ones (**ábìdí àlámìn iránmún**), with sounds coming simultaneouly from the mouth and nose.

1.3.2.1 Regular Vowels:

A E Ẹ I O Ọ M N U
a e ẹ i o ọ m n u

	Pronounced:		Pronounced:
a	as **a** in Jack	n	as **n** in John
e	as **ay** in day	o	as in **o** dome
ẹ	as **e** as in bed	ọ	as **aw** in jaw
i	as **i** as in fee	u	as **oo** in book
m	as in **m** in dumb		

The **m** (vowel) is often used as a first person unemphatic singular pronoun or as a contraction of **emi**. For example, **Èmi ìbá ti lọ** (I would have gone) is often written as **M bá ti lọ**. M is articulated in the throat as a grunt with the mouth completely closed.

The **n** (vowel) is less guttural than **m**. It often appears in front of verbs to indicate a 'progressive' tense, e.g., **I am going** is translated as **Mo nlọ**. Sometimes it comes after another vowel, as in **alá-ngbá** (lizard) or **aláàpá-ndẹ̀dẹ̀** (Ethiopian swallow). At other times, it comes in front of the nasal vowel as in **Ogún-ndé**. In both cases, it is pronounced distinctly from the preceding letters.

There are no diphthongs in the Yoruba language.

1.3.2.2 Nasal Vowels

A nasal vowel is indicated by writing an **n** after the regular vowel equivalent. These do not have direct equivalent pronunciations in the English language. However, sounds close to them are given below.

	Pronounced:	Example:	Translation:
an	close to **an** in *ran* without pronouncing the N	ẹ**ran**.	meat
ẹn	close to **en** in *hen* without pronouncing the N	i**yẹn**	that one
in	close to **in** in *din* minus the N	**irin**	iron
ọn	close to **on** as in French *bon*	àw**ọn**	they
un	close to **oon** in *boon* minus the N	**irun**	hair

The nasal vowels **an** and **ọn** are often used interchangeably, depending on the speaker and the part of Yorubaland.

LESSON **ONE**

1.4 YORUBA GREETINGS

Yoruba greetings, like in other languages, can range from casual to elaborate. They can be done with utmost respect for elders or flippantly among colleagues or friends.

1.5.1. List of Yoruba greetings and their meanngs:

Greeting	Translation	English equivalent
Báwo ni nkan?	How is everything?	How are you?
Ó d'àárọ̀.	Until morning.	Good night.
Báwo ni?	How is it?	How are you?
Pẹ̀lẹ́ o.	Hello there	Hello there.
Ó dàbọ̀.	See you when you come back.	Goodbye.
Ẹ rọra.	Be careful.	Be careful.
Ẹ máa wolẹ̀.	Watch the ground.	Watch your step.
Ṣé àláfià ni?	Are you in good health?	How are you?
Kíni nkan?	How is everything?	How are you?
Ó dìgbà.	See you next time.	Goodbye.
Ó dìgbóṣe.	See you later.	Farewell
À sùn jí o.	Sleep well.	Sleep well.

1.4.2 Kú - The universal greeting prefix

In many instances, Yoruba people greet others with special courtesy. This is done by inserting the universal greeting verb **kú** between the subject (person being greeted) and the circumstance prevailing. For example:
(a) Greetings for this morning or Good morning: Ẹ **kú** àárọ̀ *or* Ẹ **káàrọ̀** (upon elision)
(b) Greetings for this afternoon or Good afternoon: Ẹ **kú** ọ̀sán *or* Ẹ **káàsán**

1.4.3 Quiz
Give the English equivalents for the following greetings:

Greeting	Translation	English Equivalent
Ẹ kú òwúrọ̀ or Ẹ káàrọ̀.	Greetings for this morning	
Ẹ kú osán or Ẹ káàsán	Greetings for this afternoon	
Ẹ kú ìrọ̀lẹ́ or Ẹ kúrọ̀lẹ́.	Greetings for this evening.	
Ẹ kú alẹ́ or Ẹ káalẹ́	Greetings for this night time	
Ẹ kú àbọ̀ or Ẹ káàbọ̀.	Greetings for coming back.	
Ẹ kú iṣẹ́ or E kúuṣẹ́.	Greetings for working hard.	
Ẹ kú ìdúró.	Greetings for standing for a while.	
Ẹ kú aájò.	Greetings for your concern.	
Ẹ kú ìrójú.	Greetings for your perseverance.	
Ẹ kú ìsimi.	Greetings for the period of rest (vacation).	
Ẹ kú ìtójú.	Greetings for your care.	
Ẹ kú ipalẹ̀mọ́.	Greetings for peparing for a journey.	
Ẹ kú ọdún.	Greetings for the celebration.	
Ẹ kú ọdún kérésìmesì.	Greetings for the Christmas.	
Ẹ kú ọdún iléyá.	Greetings for Id-el-Fitir celebration.	

LESSON **ONE**

1.5 VOCABULARY

Yoruba	English	Yoruba	English
ayọ̀	happiness	Ẹ Káàrọ̀	Good morning
bàbá	father	Ẹ káàsán	Good afternoon
ìyá	mother	Ẹ kúùrọ̀lẹ́	Good evening
ọlá	wealth	pròfẹ́sọ̀	professor
Ọlọ́run	God	ọ̀jọ̀gbọ́n	Professor
ọmọ	child	tíṣà	teacher
ọpẹ́	gratitude	olùkọ́	teacher
owó	money	olùkọ́-àgbà	senior teacher
oyè	title	ọmọ ilé-ìwé	schoolchild
láti bí	to give birth	akẹ́kọ̀	student
láti dé	to come back	yunifásítì	university
láti fún	to give	ilé-ẹ̀kọ́ gíga	any school beyond high school
láti jí	to awake	èdè Yorùbá	Yoruba language
láti ké	to cry	èdè Íbò	Ibo language
láti ní	to have, to say	èdè Haúsá	Hausa language
láti lọ	to go	èdè Lárúbáwá	Hausa language
láti rí	to see	èdè Òyìnbó	English language
lati jẹ	to eat	èdè Ìgbò	Ibo language
láti wá	to come	èdè Káàrọ̀-o-ò-jíire	Yoruba language

1.6 THE YORUBA PEOPLE

PRONUNCIATION : YORÙBÁ (yo rhù báh)

The Yorubas form a large group numbering about thirty million people. They live mainly in Southwestern Nigeria. They can be seen in all walks of life in West Africa. In the cities, they function in every occupation from day laborers to professionals, engineers, civil servants, businessmen and businesswomen, etc. However, the chief occupation of the Yorubas in the rural areas is subsistence farming. Their culture is among the most comprehensive in the world.

YORUBA URBANISM:

The Yorubas are a highly urban people. Today, over half the estimated thirty million Yorubas live in towns of 100,000 or more. Considerably more than a quarter of these live in cities of one million or more. Some of the cities and their estimated population include:

Town or City	Population (est.)	Town or City	Population (est.)
Lagos (Èkó)	13.05 million*	Iléṣà	396,000
Ìbàdàn	2.72 million	Ìkẹjà	396,000
Ògbómọ̀ṣọ́	763,000	Òwọ̀	400,000
Ọ̀yọ́	267,000	Òṣogbo	498,000
Ìlọrin	498,000	Ilé-Ifẹ̀	302,000
Abẹ́òkúta	446,000	Àkúrẹ́	241,000
Ìwó	378,000	Ondó	400,000

1993 estmates by Africa Today
* 2003 estimate by Time Almanac

1.7 MAP OF YORUBALAND
Sub-tribes and urban centers

The map below shows Yorubaland, with some of the main sub-tribes and main centers of population.

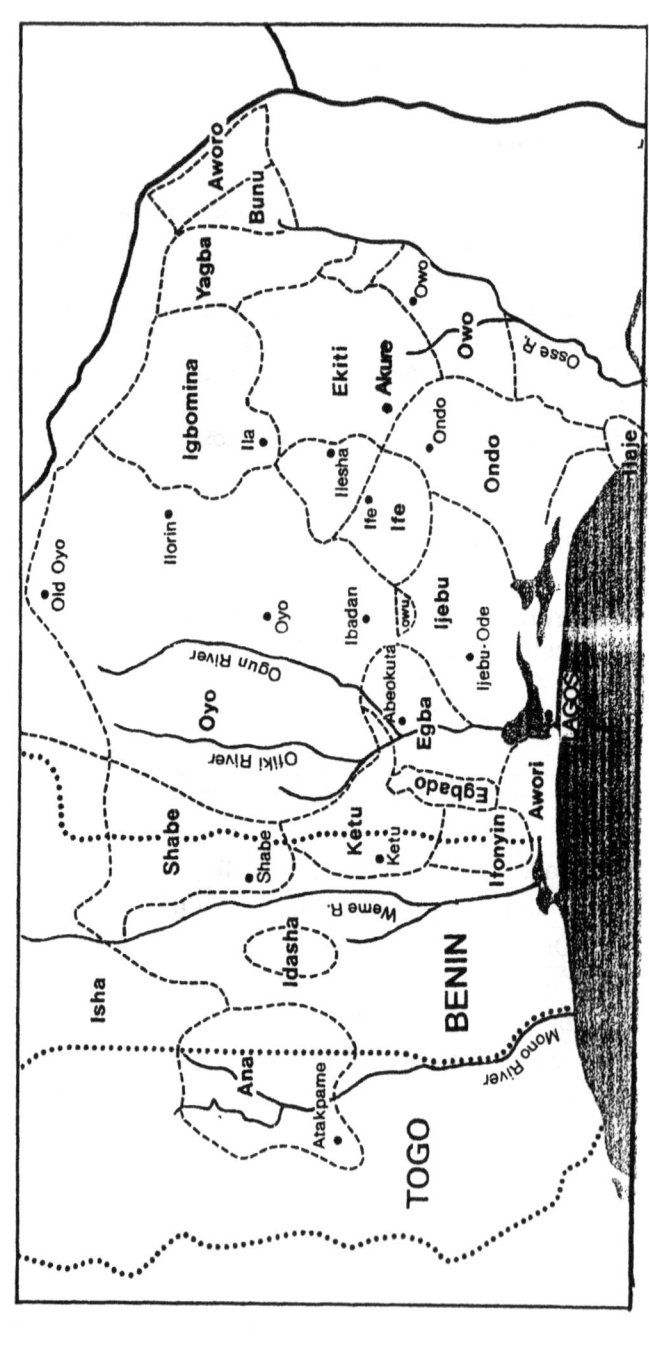

1.8 EXERCISE

Use the attached vocabulary to fill in the missing spaces in the table below:

Yoruba	English	Yoruba	English
ọ̀rẹ́	friend	lati tóbi	to be big
baba	father	lati dára	to be beautiful
ìyá	mother	lati jìnnà	to be far
ajá	dog	èmi	I
ìlú	town	èmi ni	I am
skúúlù	school	àwa	We
ilé-ìwé	school	àwa ni	We are
tíṣà	teacher	ìwọ	You
olùkọ́	teacher	ìwọ ni	You are
òbí	parent		

Yoruba	English
Orúkọ mi ni Ọla.	My name is Ola.
Orúkọ ....mi ni Ìṣọ́lá	My friend's name is Isola.
	My dog's name is Sandy.
	My town's name is Iwo.
Ìlú mi tóbi.	My town is big.
	My dog is beautiful.
Skúùlù wa tóbi.	
Skúùlù mi jìnnà.	
Èmi ni............yín.	I am your (plural) friend.
Èmi ni............ rẹ.	I am your (singular) father.
Èmi ni Ìyá Ádé.	I am Ade's mother.
Àwa ni ....Bọ́lá.	We are Bola's friend.
	You are Akin's friend.
Àwa ni............Ayọ̀.	We are Ayo's parents.

LESSON **ONE**

LESSON TWO

2.1 DIALOGUE

Ẹ káàsán

Each student introduces himself stating his full name, his adopted Yoruba name, his major, and, finally, what he would like to become.

    Ẹ káàsán.
    Orúkọ mi ni --- -----------------
    Orúkọ Yorùbá mi ni --------------
    Ìtúmọ̀ orúkọ mi ni ....
    Níú Yọ̀ọ̀kì ni mo ti wá.
    Ìṣirò ni mò nkọ́.
    Mo fẹ́ da dókítà, lọ́yà, tíṣà, ẹnjiníà,
    Ẹ ṣé púpọ̀.

Good Afternoon

Each student introduces himself stating his full name, his adopted Yoruba name, his major and finally, what he likes to become.

    Good Afternoon.
    My name is ------------
    My Yoruba name is --------------------
    The meaning of my name is ....
    I come from New York.
    I study Mathematics.
    I would like to become a physician, lawyer, teacher, engineer, etc.
    Thank you very much.

LESSON **TWO**

2.2 VOCABULARY

Yoruba	English	Yoruba	English
ajá	dog	orúkọ abísọ	given name
ẹnu	mouth	orúkọ ìsàmì	baptismal name
etí	ear	orúkọ ìdílé	surname
orí	head	ilé	house
ojú	eye	oko	farm
òrẹ́	friend	Níú Yọ̀kì	New York
owó	money	Ṣìkágò	Chicago
òwò	business	Lọs Ánjẹ́líísì	Los Angeles
láti rí	to see	Dáláàsì	Dallas
láti sùn	to sleep	mánijà	manager
láti fẹ́ràn	to like, to love	dókítà	doctor
láti fẹ́	to love	oníṣègùn	doctor
láti jẹ	to eat	lóyà	lawyer
láti lọ	to go	agbẹjọ́rò	lawyer
láti wá	to come	ẹnjíníà	engineer
láti ní	to have	oníṣòwò	businessman
láti bọ̀	to come back	oníṣẹ́-ọwọ́	craftsman

2.3 EXPRESSIONS

Yoruba	English
Kini orúkọ rẹ?	What is your name?
Orúkọ mi ni Fọlá.	My name is Fola.
Orúkọ tí à npè mí ni Àdìsá.	The name that I am called is Adisa.
Orúkọ àbísọ mi ni Tọ́lá.	My birth name is Tola.
Orúkọ àmútọ̀runwá mi ni Ìdòwú.	My natural name (name given by circumstances of birth) is Idowu.
Orúkọ ìsàmi mi ni Jósẹ́ẹ̀fù.	My baptismal name is Joseph.
Orúkọ ìnagijẹ mi ni Àdísàbabà.	My nickname is Adisababa.
Wọ́n npè mi ní Àdísàbabà.	People call me Adisababa.
Kini orúkọ bàbá rẹ?	What is your father's name?
Orúkọ bàbá mi ni Òjó.	My father's name is Aina.
Orúkọ ìyàwó mi ni Àìná.	My wife's name is Aina.
Orúkọ ọmọ mi ni Jọ̀ọ́nú.	My son's name is John.
Ibo ni ò ngbé?	Where do you live?
Mò ngbé ní Ojúlé Kẹ́fà Òpópónà Aráròmí, Òkè Màpó, Ìbàdàn.	I live in No. 6 Araromi Street, Oke Mapo, Ibadan.
Kini irin rẹ?	What is your gender?
Ọkùnrin l'èmi.	I am male.
Obìnrin l'èmi.	I am female.
Irú iṣẹ wo l'ò nṣe?	What kind of work do you do?
Mò nṣe iṣẹ́ bíríkìlà.	I am a bricklayer.
Mò nṣe iṣẹ́ káfẹ́ntà.	I am a carpenter.
Mò nṣe iṣẹ́ àgbẹ̀.	I am a farmer.

LESSON **TWO**

2.4 YORUBA WORDS

Yoruba words are mainly derived from a combination and elision of morphemes. This means that the meaning of a word can be derived by an accurate analysis of the morphemes that compose it.

A lot of words are derived from the English language. Although there are equivalent indigenous words for many of these, the borrowed words are used more often in conversation. It is therefore best to learn these words initially, and the real Yoruba equivalents later.

Words that are borrowed from the Arabic language have been fully assimilated into the language.

2.4.1 Morphemes (Ohùn-ọ̀rọ̀)

A morpheme is the smallest part of a word that has a specific meaning. It cannot be divided further and still make sense. For example, ọwọ́ means hand; lọ, go; jí, wake; **adé**, crown; **ní**, have. These morphemes combine logically into new words. For example:

Nígbàtí combination of three morphemes: **ní+ìgbà+tí**
Aráyé -combination of two morphemes: **ará+ayé**
Babaláwo -of three morphemes: **Baba+oní+awo**

2..4.1.1 Verbal morphemes

Verbal morphemes begin with a consonant and, in most cases, are monosyllabic and contain two letters. For example:

Yoruba	English	Yoruba	English
jí	wake	wá	come
ní	have	fẹ́	like
ra	buy	kó	collect
rí	see	lọ	go
sọ	speak	ní	have
mí	breath	po	mix

BEGINNER'S **YORUBA**

2.4.2 Noun morphemes

All noun morphemes begin with a regular vowel. They are made up of two syllables and contain three letters.
For example:

Yoruba	English	Yoruba	English
owó	money	ọmọ	child
adé	crown	aṣọ	cloth
orí	head	ọjà	market
ojú	eye	iwé	book
ilé	house	ọ̀rọ̀	sentence, speech

2.4.2.1 Quiz

Use the indicated morphemes to determine probable meanings for the following Yoruba words:

Word	Morphemes	Meaning
sọ̀rọ̀	sọ: speak; ọ̀rọ̀: sentence	
lọsíwájú	lọ: go; sí: to; iwájú: front	
iléèwé	ilé: house, iwé: books	
ẹranko	ẹran: flesh oko: farm	
apẹja	pa: kill ẹja: fish	
onílu	ni: have; oní: owner of ilù; drum	
oríire	orí; head ire: fortune	

2.4.3 Derived words

Some Yoruba words are derived from the Arabic language. These include:

Yoruba	English	Yoruba	English
àláfíà	good health	Jímọ́ọ̀	Friday
àlùbáríkà	blessing	Alàmísì	Thursday
àdúrà	prayer	àlùbọ́sà	onion
àlùfáà	priest	àlùmọ́gàjí	pair of scissors
àlùjọ̀nú	evil spirit	àlùmọ́nì	treasure

2.4.3.1 Many Yoruba words are derived from English. These include words used for professions and modern invention:

Yoruba	English	Yoruba	English
dókítà	doctor	mọ́tò	motor
lọ́yà	lawyer	káà	car
dírẹ́bà	driver	rélùwéè	railway (train)
sọ̀fíyọ̀	surveyor	kọ̀mpútà	computer
skúùlù	school	rédiò	radio
bánkì	bank	ṣíà	chair
kóòtù	court	tébù	table

2.4.3.2 **Quiz**

Use your knowledge of English to give meanings to the following derived words:

Sọ́ndè		Bíbélì	
kòkó		ángẹ́ èlì	
Sátidé		Sọ́ọ̀ṣì	
dọ́là		kípà	
pọ́n-ùn		bíà	

BEGINNER'S **YORUBA**

2.5 YORUBA TONE PATTERNS AND SIGNS

Tone is extremely important in the Yoruba language. Words have widely different meanings despite identical spelling, depending on their tone patterns. For example, the word **oko** means *farm* but **òkò** means *projectile*.
The Yoruba language has three distinct tone patterns: the low (L) tone, **dò**, the middle (M) tone, **re**, and the high (H) tone, **mí**.
The low-high (LH) tone, **dòmí**, although not distinctive, occurs frequently when a new word is formed by the elision of a word ending in a high tone (H) and another starting with a low tone, followed by a high tone (LH). For example: **oní** (H) and **ọ̀pá** (LH) becomes **ọlọ́pǎ**(H+LH); **ní** (H) and **ọ̀tún** (LH) becomes **l'ọ̀tǔn**(H+LH).

NAME	SIGN	EXAMPLES	
Dò	\	àdàbà	dove
		èdè	language
		ẹ̀bẹ̀	supplication
Re	No Sign	baba	father
		erin	elephant
		gbogbo	all
Mí	/	wárápá	leprosy
		dúró	wait
		wá	come
Dòmí	ˇ	f' Ọ̌rúnmilà	for Orunmila
		(fún Ọ̀rúnmilà)	
		olófǒfó	tattletaler
		(oní òfófó)	

LESSON **TWO**

2.6 EXERCISE

Use the attached vocabulary to fill in the missing spaces in the table below.

Yoruba	English	Yoruba	English
skúùlù	(the) school	láti rí	to see
tíṣà	teacher	láti ní	to have
owó	(some) money	láti kọ́	to learn
ajá	(a) dog	láti ka	to read
ọ̀jà	(the) market	láti lọ	to go
iṣírò	mathematics	àti	and
ìwé	(a) book	sí	to
ajá Òjó	Ojo's dog	ní	at
èmi	I		
èmi ni	I am		

Yoruba	English
Ayọ̀ nkọ́ iṣírò.	Ayo studies mathematics.
Bọ́lá .... ìwé.	Bola is reading a book.
Bọ́lá ní owó.	Bola has (some) money.
Délé .... Bọ́lá .... ajá.	Dele and Bola have a dog.
Emi ni tíṣà yín.	I am your teacher.
Orúkọ mi ni Kọ́la.	
Kọ́lé................	Kole is the Yoruba teacher.
Orúkọ.....................	Ojo's dog's name is Suuru.
Mo rí ajá Ojó ní ọ̀jà.	
Mo rí Délé ní ọ̀jà.	I saw Dele at the market.
Dúpé nlọ sí skúùlù ní Ọ̀wọ̀.	Dupe goes to school at Owo.
Délé àti Bọ́lá nlọ sí skúùlù.	

LESSON THREE

3.1 DIALOGUE

Moji ati Iyabọ̀

Mojí:	Káàrọ̀ Ìyábọ̀.
Ìyábọ̀:	Káàrọ̀ Mojí. Báwo ni nkan?
Mojí:	Dáadáa ni. Sọ́bújẹ́ẹ̀tì mélòó l'o ní l'ónìí.
Ìyábọ̀:	Sọ́bújẹ́ẹ̀tì méjì ni, Ingílíìṣì àti ìṣirò.
Mojí:	Tíṣà wo l'ó nkọ́ yín ni Ingílíìṣì.
Ìyábọ̀:	Dokita Kọ́lé ni.
Mojí:	Ṣé ó nkọ́ yín dáadáa.
Ìyábọ̀:	Ó ngbìyànjú.
Mojí:	Ókèé, ó dàbọ̀.
Ìyábọ̀:	Ó dàbọ̀. Mà á rí ẹ l'ọ́sán.

Moji and Iyabo

Moji: Good morning, Iyabo.
Iyabo: Good morning, Moji. How is everything?
Moji: It is fine. How many subjects do you have today?
Iyabo: Two subjects, English and Mathematics.
Moji: Which teacher teaches you English?
Iyabo: It is Doctor Kole.
Moji: Does he teach well?
Iyabo: He is trying.
Moji: O.K. Goodbye.
Iyabo: Goodbye. I will see you in the afternoon.

LESSON **THREE**

3.2 VOCABULARY

Yoruba	English	Yoruba	English
àárọ̀	morning	ekọnọ́míìkìsì	economics
ọ̀sán	afternoon	ẹ̀kọ́ ètò-ọrọ̀	economics
alẹ́	evening	jọ́mẹ́tìrì	geometry
àṣálẹ́	dusk	ẹ̀kọ́ ilẹ̀-wíwọ̀n	geometry
ìrọ̀lẹ́	nightfall	bàọ́lọ́jì	biology
		ẹ̀kọ́ ẹ̀dá-oníyè	biology
dókítà	doctor	físíìkìsì	physics
nọ́ọ̀sì	nurse	ẹ̀kọ́ ẹ̀dá	physics
		ọljíbìrà	algebra
àláfíà	good health	ẹ̀kọ́ ìṣirò-alàmì	algebra
ìfẹ́	love	Íngílíìṣì	English
inú-dídùn	happiness	ìṣirò	mathematics
ìdùn-nú	happiness	jọ́gíráfì	geography
		ẹ̀kọ́ ilẹ̀-ayé	geography
sọ́bújẹ́ẹ̀tì	subject	ístìrì	history
àṣàyàn-ẹ̀kọ́	subject	ẹ̀kọ́ ìtàn-àkọọ́lẹ̀	history
kọ́ (ènìyàn)	teach (someone)	ẹ̀kọ́ nípa ìgbàgbọ́	religious studies
tíìṣì	teach	kẹ́místìrì	chemistry
kẹ́kọ̀	learn	ẹ̀kọ́-ẹ̀là	chemistry
tíṣà	teacher	rílíjìọ̀nù	religion
olùkọ́ni	teacher		

3.3 EXPRESSIONS

Yoruba	English
Ibo l'o ti wá?	Where do you come from?
Ibo ni ilú rẹ?	Where is your town?
Ilé-Ifẹ̀ ni mo ti wá.	I come from Ile-Ife.
Ondó ni ilú mi.	Ondo is my town.
Ibo ni abúlé yín?	Where is your village?
Ayétòrò ni abúlé wa.	Ayetoro is our village.
Ibo n'ilé-ìwé rẹ wà?	Where is your school?
Adó ni ilé-ìwé mí wà.	My school is in Adó.
Ibo l'o ti nlọ sí skúùlù?	Where do you go to school?
Ilé ẹ̀kọ́ gíga (Yunifásíti) wo l'ò nlọ?	Which college (university) do you attend?
Ibo ni Ilé-ìwé rẹ?	Where is your school?
Mo nlọ skúúlù ní Ọ̀yọ́.	I attend school in Oyo.
Mo nlọ Yunifásítìì ti Ìbàdàn.	I attend the University of Ibadan.
Ilé ẹ̀kọ́ gíga ti olùkọ́ni àgbà ni mò nlọ.	I attend a teacher's college.
Ilé-ẹ̀kọ́ gíga ti awọn aṣẹ̀rọ ni mò nlọ.	I attend a technical school.
Ilé-ẹ̀kọ́ aṣẹ̀rọ ti Yábã ni mò nlọ.	I go to Yaba College of Technology.
Irú ẹ̀kọ́ wo l'ò nkọ́?	What do you study?
Mo nkọ́ iṣẹ́ akọ́ni.	I study education.
Kíni méjọ̀ rẹ?	What is your major?
Iṣẹ́ nọ́ọ̀si ni mo ti méjọ̀.	I majored in nursing.

LESSON **THREE**

3.4 PRONOUNS

Introduction

Yoruba pronouns are used in much the same way as English pronouns: as a replacement for a noun. Yoruba pronouns can be either emphatic or non-emphatic.

3.4.1 Non-emphatic Pronouns

	Subjective	Objective	Possessive
Sing. 1st. Pers. (asọ̀rọ̀)	Mo, N, M (I)	Mi (me)	Mi (my)
Sing. 2nd. Pers. (agbọ́ọ̀rọ̀)	O (you)	Ọ, Ẹ (you)	Rẹ, Ẹ (your)
Sing. 3rd. Pers. (ọlọ́ọ̀rọ̀)	Ó (he/she/it)	Last vowel of preceding verb	Rẹ̀, Ẹ̀ (his/her/its)
Pl. 1st. Pers. (asọ̀rọ̀)	A (we)	Wa (us)	Wa (our)
Pl. 2nd. Pers. (agbọ́ọ̀rọ̀)	Ẹ (you)	Yín (you)	Yín (your)
Pl. 3rd. Pers. (ọlọ́ọ̀rọ̀)	Wọ́n (they)	Wọn (them)	Wọn (their)

3.4.1.1 Masculine/Feminine

There is no gender differentiation in Yoruba pronouns. The third person singular pronoun **ó** translates to *he, she,* or *it*. For example, **Ó ti lọ** translates to *he/she/it has gone*.

3.4.1.2 Mo, N, M

Mo is the main first person singular pronoun. **N** is used with negative statements. e.g., *I will not go* translates to **N ò níí lọ**. It is also used with the future tense, e.g., *I will go* can be translated as **N óò lọ**.

M is an abbreviated form of **Èmi** and is used mainly with the auxiliary article **ìbá**. *I should have gone* can be translated as **Èmi ìbá ti lọ** or **M bá ti lọ**

3.4.1.3 Non-emphatic Subjective Pronouns

Mo	I	A	we
O, Ẹ	you	Ẹ	you
Ó	he, she, it	Wọ́n	they

These are used like subjective pronouns in English:

Wọ́n mú wa lọ sí oko	They took us to the farm
(Ó) kò mọ ibi tí a lọ*	He did not know where we went

*When **kò**, *not*, is used with the third person singular, the pronoun **Ó** is omitted. Such a statement is often preceded by one where the name of the person or thing is mentioned or understood. For example:

Q:	Njẹ́ Àjàyí mọ ibi tí a lọ?	Does Ajayi know where we went?
A:	Rárá, kò mọ ibi tí a lọ.	No, He does not know where we went.

3.4.1.4 Non-emphatic Objective Pronouns

Mi	me	Wa	us
O	you	Yín	you
Ó	him, her, it	Wọn	them

These are also used as in English

Adé mú *wa* lọ sí oko.	Ade took us to the farm.
Bọ́lá kò mọ̀ *wọ́n*.	Bola does not know them.
Njẹ́ o rí *mi* rí?	Have you ever met me?
Èmi ò rí *yín* rí.	I have never met you.

LESSON **THREE**

3.4.1.5 Non-Emphatic Possessive Pronouns

Mi	my	Wa	our
Rẹ or Ẹ	your	Yín	your
Rẹ̀	his, her, its	Wọn	their

Examples:

Ìyàwó *mi* lọ sí oko.	My wife went to the farm.
Ilé *wá* tóbi.	Our house is big.
Owó rẹ̀ wà ní bánkì.	His money is in the bank.
Ọmọ *yín* lọ sí skúùlù.	Your child went to school.

3.4.2 Emphatic Pronouns

	Emphatic (Subject or Object)	Emphatic (Possessive)
Sing. 1st. Pers. (asọ̀rọ̀)	Èmi (I, me)	Tèmi (mine)
Sing. 2nd. Pers. (agbọ́ọ̀rọ̀)	Ìwọ (you)	Tirẹ (yours)
Sing. 3rd. Pers. (ọlọ́ọ̀rọ̀)	Òun (he, him, her, she, it, its)	Tirẹ̀, Tòun (his, hers, its)
Pl. 1st. Pers. (asọ̀rọ̀)	Àwa (we, us)	Tiwa (ours)
Pl. 2nd. Pers. (agbọ́ọ̀rọ̀)	Ẹyin (you)	Tiyín (yours)
Pl. 3rd. Pers. (ọlọ́ọ̀rọ̀)	Àwọn (they, them)	Tiwọn (theirs)

3.4.2.1 Emphatic pronouns are used as subjective pronouns in the following ways:

(a) When responding to a question:

Q:	Tal'ó mu ìwé mi?	Who took my book?
A:	Èmi l'ó mu ìwé rẹ.	*I* took your book.
Q:	Tani ọkọ Àbẹ̀bí?	Who is Abebi's husband?
A:	Èmi ni ọkọ Àbẹ̀bí.	*I* am Abebi's husband.
Q:	Tal'ó jí owó náà?	Who stole the money?
A:	Òun l'o jí owó náà	*He* stole the money

(b) When asking a direct question:

Q:	Ṣé àwa l'ẹ nbá wi?	Are you addressing *us*?
A:	Bẹ́ ẹni, ẹ̀yin ni.	Yes, *you* are.
Q:	Ṣé ìwọ ni ọkọ Àbẹ̀bí?	Are *you* Abebi's husband?
A:	Rárá, èmi kọ́	No, *I* am not.

(c) When laying emphasis on the subject noun:

Èmi l'ó bọ́ ọ̀bọ ọba.	*I* fed the king's monkey.
Iwọ kọ́ l'ó ni owó náà.	*You* do not own the money
Òun l'ó mu wa lọ sí oko náà	*He* took us to the farm

Emphatic pronouns are used as object nouns in the following ways:

(a) When laying emphasis on the object noun:

Ó fún àwa náà l'ówó.	He also gave *us* some money.
Ó mú àwọn yī̀ gòkè lọ.	He went up the hill with *these*.
Bába wa fún ẹ̀yin náà ní tiyín.	Our father also gave *you* your own share

LESSON **THREE**

3.4.2.2 Emphatic possessive pronouns are used as follows:

(a) When emphasizing the possessive pronoun:

Tirẹ ni, Olúwa.	It's *yours*, O Lord.
Tírẹ ni gbogbo rẹ̀.	All of it is *yours*.
Tiwa n'tiwa, tèmi n'tèmi.	*Ours* is *ours*, *mine* is *mine*.
Tiwọn ni orí àt'ọrùn ẹran náà	The head and neck of the animal are *theirs*

3.5 EXERCISE
Use the attached vocabulary to fill the missing spaces in the table below:

Yoruba	English	Yoruba	English
ọ̀rọ̀	speech, statement,	lati fẹ́	to want
Ọlọ́run	God	lati fẹ́ran	to like, to love
onjẹ	food	lati sọ	to say
láti mọ̀	to know	lati sọ pé	to say that
láti mọ̀ pé	to know that	lati wí pé	to say that
láti jẹun	to eat	lati sọ̀rọ̀	to talk
láti jẹ onjẹ	to eat (food)	lati ní	to say

Yoruba	English
Mo fẹ́ lọ.	I want to go.
Mo fẹ́ sọ̀rọ̀.	
Mo fẹ́ràn (r)ẹ.	
Kúnlé fẹ́ràn Bọ́lá.	
Kúnlé ní òun fẹ́ràn Bọ́lá.	
Kúnlé sọ pé òun fẹ́ràn Bọ́lá.	
Kúnlé wí pé òun fẹ́ lọ.	
	We love God.
	Kunle and Bola said that they love God.
	Kunle says that he knows me.
Mo mọ̀ pé Ayọ̀ mọ Kúnlé.	
	Kunle and Ayo said they were going to school.
Èmi àti Ayọ̀ fẹ́ lọ jẹun.	
Kúnlé àti Ayọ̀ njẹ onjẹ.	

LESSON **THREE**

LESSON FOUR

LESSON FOUR

4.1 DIALOGUE

Ayọ̀ nlọ sí Ṣikágò

Ayọ̀:	Mà á lọ Ṣikágò l'ọ́la.
Kúnlé:	Kíl'o fẹ́ lọ ṣe níbẹ̀?
Ayọ̀:	Mo fẹ́ lọ rajà.
Kúnlé:	Ìgbàwo l'o má a dé?
Ayọ̀:	Ó ṣeéṣe ki n de l'ọ́jọ́ mẹ́rin l'óní . .
Kúnlé:	Aago mélŏ l'o máa kúrò n'lé?
Ayọ̀:	Á á tó aago mẹ́ta àbọ̀.
Kúnlé:	Wákàtí mélŏ l'ó ma gbà láti dé 'bẹ̀?
Ayọ̀:	À á lò tó wákàtí mẹ́rin nínún pléènì.
Kúnlé:	Jọ̀wọ́, ṣé o lè bá mí ra rédíò níbẹ̀?
Ayọ̀:	Níbo ni wọ́n ti ntà á?
Kúnlé:	Wọ́n ntà à ní gbogbo stọ́ọ̀.
Ayọ̀:	Èló ni wọ́n ntà á?
Kúnlé:	Wọ́n ntà á ní bí ogóòjì dọ́là.
Ayọ̀:	Ókèé, t'ó bá d'ọ̀la, fún mi l'ówó.
Kúnlé:	O ṣé púpọ̀.
Ayọ̀:	O d'ọ̀la.

Ayo travels to Chicago

Ayo: I am going to Chicago tomorrow.
Kunle: What do you plan to do there?
Ayo: I am going shopping.
Kunle: When will you come back?
Ayo: I may be back in three days.
Kunle: When are you leaving home?
Ayo: It will be around 3:30.
Kunle: How long does it take to get there?
Ayo: It takes around four hours by plane.
Kunle: Would you please buy a radio for me there?
Ayo: Where is it sold?
Kunle: It is sold in every store.
Ayo: How much does it cost?
Kunle: It costs about forty dollars.
Ayo: O.K. give me the money tomorrow.
Kunle: Thank you very much.
Ayo: Good night.

LESSON **FOUR**

4.2 VOCABULARY

Yoruba	English	Yoruba	English
àfẹ̀mọ́jú	dawn	ọjà	market
àkókò	time	rajà	buy (goods)
ìṣísẹ̀	second	rajà-lókèèrè	import (goods)
ìṣẹ́jú	minute	tajà	sell (goods)
wákàti	hour	tajà-sókèèrè	export (goods)
ọjọ́	day	ilé-ìtajà	shop
ọ̀sẹ̀	week	lítà	liter
oṣù	month	mítà	meter
ọdún	year	ibùsọ̀	mile
ọdún-lé	leap year	ìwọ̀n	measurement
ọ̀rún-dún	century	ìwọ̀n-àyè	cubic (volume)
ní àná	yesterday	ìwọ̀n-ẹsẹ̀	feet
ní ìjẹ́ta	two days ago	máìlì	mile
ní ìjẹ́rin	three days ago	ọ̀pá	yard
ní ọ̀la	tomorrow	òréré	furlong
ní òtúnla	the day after tomorrow	yáàdì	yard
ní ọjọ́ mẹ́rin lónǐ	three days from now	ọkọ̀-akérò	transport vehicle
ní ọ̀sẹ̀ yǐ	this week	ọkọ̀-ayọ́kẹ́lẹ́	sedan
ní ọ̀sẹ̀ tó nbọ̀	next week	káà	car
ní ọ̀sẹ̀ tó kọjá	last week	ọkọ̀-akẹ́rù	truck
ní ọ̀sẹ̀ kẹta	two weeks ago	ọkọ̀-òfúrufú	plane
ní èṣín	last year	pléènì	plane
ní ìdúnta	two years ago	rélùwéè	railway (train)
ní ọdún mẹ́ta lónǐ	two years from now	trééni	train
ṣọ́ọ̀bù	shop	ọkọ̀ ojú-irin	train
stọ́ọ̀	store	bọ́ọ̀sì	bus

4.3 EXPRESSIONS

Yoruba	English
Àwọn sọ́bújẹ́ẹ̀tì wo l'ò nṣe?	Which subjects are you taking?
Àṣàyàn-ẹ̀kọ́ mélŏ l'ò nṣe?	How many subjects are you taking?
Àṣàyàn-ẹ̀kọ́ méjeni mò nṣe?	I am taking seven subjects.
Tíṣà wo l'ó nkọ́ yín ni kẹ́místìrì (ọlgíbrà, ìṣírò)?	Which teacher teaches you chemistry (algebra, mathematics)?
Pròfẹ́sọ̀ Kọ́le l'ó nkọ́ wa ni iṣírò.	Professor Kole teaches us mathematics.
Kíláàsì wo l'o ní l'ọ́sǎn?	Which class do you have in the afternoon?
Mo ní bẹ́lọ́jì.	I have biology.
Ìgbàwo l'ẹ ní búréèkì?	When is your break time?
Aago méjì l'a ni búréèkì.	Our break time is at 2 o'clock.
Máàkì wo l'o gbà ní ìdánwò t'ó kọjá?	What grade did you get on the last exam?
Píríọ́dù wo l'o ní sáyẹ́nsì?	What period do you have science?
Mo ní sáyẹ́nsì ní Píríọ́dù kéjì.	I have science during the second period.
Ṣé o ní bàọ́lọ́jì l'ónì?	Do you have biology today?
Rárá, físíìkìsì ni mo ní.	No, I have physics.
Njẹ́ o ti ṣe jọ́gráfì?	Have you taken geography?
Rárá, ìstìrì ni mo ṣe.	No, I have taken history.
Àwọn iwé wo l'ẹ lò fún rìlíjíọ̀nù?	What books did you use for religion class?

LESSON **FOUR**

4.4 TENSES

Introduction
A tense is the aspect of a verb that indicates time of action or state of being.

4.4.1 Conjugation
In general, all verbs in Yoruba are conjugated by adding an auxiliary article or prefix to the infinitive of the verb. Imported verbs follow the same rule. There are no irregular verbs.

The main auxiliary articles used in conjugation are:

Future	á	used with the verb infinitive to indicate the future as in the English *shall or will*
Future (emphatic)	yóò, óò	used exclusively with emphatic pronouns or nouns to lay emphasis on the verb as in the English *will definitely*
Perfective	ti	used with the verb infinitive to mean *have*
Progressive	n	prefixed to the verb infinitive to indicate present or continuing action
Negation	kò, ò	used with the verb infinitive to indicate a negation as in the English *did not*

4.4.1.1 The infinitive form of the verb *láti lọ* (to go):

Present tense (emphatic)	Present tense (non-emphatic)	English
Èmí lọ	Mo lọ	I go
Ìwọ́ lọ	O lọ	You go
Òún lọ	Ó lọ	He goes
Àwá lọ	À lọ	We go
Ẹ̀yín lọ	Ẹ lọ	You (pl.) go
Àwọ́n lọ	Wọ́n lọ	They go

4.4.1.2 **The past tense** is indicated by stating the time when the event took place. For example: *I went yesterday* is written as **Mo lọ ní àná** *(Mo lọ l'ánà)*.

Past tense	Past tense	English
Èmí lọ (ní + time in the past)	Mo lọ (ní + time in the past)	I went (time)

4.4.1.3 When indicating a continuing action, like the way *I am going* is used in English, affix an **n** to the beginning of the verb. For example:

Emphatic	Non-emphatic	English
Èmi nlọ	Mò nlọ	I am going

Translate the following:

Yoruba	English
Àdùkẹ́ njẹ búrẹ́dì.	
Ajá ngbó n'ígbó.	
	We are doing mathematics.
	Lola is reading a book.

4.4.1.4 **The future tense** is indicated by using the auxiliary article **á** with the verb:

Future tense (emphatic)	Future tense (non-emphatic)	English
Èmí á lọ	Mà á lọ	I (will or shall) go
Ìwọ́ á lọ	Wà á lọ	You (will or shall) go
Òún á lọ	Á á lọ	He (will or shall) go
Àwá á lọ	À á lọ	We (will or shall) go
Ẹ̀yín á lọ	Ẹ̀ ẹ́ lọ	You (will or shall) go
Àwọ́n á lọ	Wọ́n á lọ	They (will or shall) go

In this case, the second person plural pronoun is modified for ease of pronunciation.

LESSON **FOUR**

4.4.1.5 With the general pronoun, the auxiliary article **yóò** or **óò** is sometimes substituted for **á** to emphasize the situation. Thus **èmi yóò lọ** means *I definitely will go*.

Yoruba	English
Ìyá mi yóò fún mi l'ówó.	My mother will give me some money.
Èmi óò rí i l'ọ́la.	I will (surely) see him tomorrow.

4.4.1.6 **Quiz**

Use the attached vocabulary to fill in the blank spaces below:

Yoruba	English	Yoruba	English
láti ṣẹ́gun	to conquer	sobújẹ́ẹ̀tì	subject
láti tíìṣì	to teach	ọbẹ̀	stew
láti dẹ́ṣẹ̀	to sin	adé (ọba)	(the king's) crown
láti lọ rí	to go and see	filà	cap

Yoruba	English
Mo wá; mo rí; mo ṣẹ́gun.	
	Bade wears the king's crown.
Òbé bu ọbẹ̀.	
Awá nlọ, ó dàbọ̀.	
	Ojo has a head.
	He also has a cap.
Emi yóò lọ.	
Emi yóò lọ rí baba mi.	
	I will tell him.
Emi ti dẹ́ṣẹ̀.	
	I have three subjects today.
	Our professor teaches well.
Bádé ti dé adé ọba.	
	Bade will wear the king's cap
Mo rí bàbá wa l'ánà.	
	I will see our father today.

4.4.1.7 **The present perfect tense** indicates an action that is already completed at the time of speaking. It is formed by adding the auxiliary article **ti** to the infinitive. For example:

Present Perfect (emphatic)	Present Perfect (non-emphatic)	English
Emí ti lọ	Mo ti lọ	I have gone

4.4.1.8 As with the past tense, **the past perfect** simply adds a time element to the present perfect. For example: *I had left before you arrived* translates to **mo ti lọ kí o tó dé**.

Past perfect (emphatic)	Past perfect (non-emphatic)	English
Emí ti lọ (+ time element)	Mo ti lọ (+ time element)	I had gone (+ time)

4.4.1.9 **The future perfect tense** indicates an action or state as completed in relation to a specified time in the future, e.g. *I will have gone or I shall have gone*. In Yoruba, two auxiliary articles, **á** and **ti**, are added to the infinitive. The personal pronouns are pronounced the same as in the future tense above:

Future perfect (emphatic)	Future perfect (non-emphatic)	English
Èmí (y)óò ti lọ (+ time element)	Mà á ti lọ (+ time element)	I (will or shall) have gone

As with the future tense, the auxiliary article **yóò** or **óò** is sometimes substituted for **á** to give emphasis to the situation. Thus **Èmi yóò** (or **óò**) **ti lọ** means *I definitely will have gone*.

4.4.2 The Negative Article kò or ò
In order to express negation of the actions expressed in the tenses above, the auxiliary, **kò** or **ò**, is used.

Thus, in the present tense for **Awá lọ**, the negative will be **àwa kò lọ** or **a ò lọ**. The two auxiliaries **kò** and **ò** are often used interchangeably.

In the third person singular, the pronoun **ó** is always omitted and the article **kò** is used almost like the subject. Thus, the negative of **ó lọ** is **kò lọ** and not **ó kò lọ**.

4.4.2.1 Negation of the present tense of **láti lọ** (to go) (non-emphatic):

Present	Negation	English
Mo lọ	N ò lọ	I do not go
O lọ	O (k)ò lọ	You do not go
Ó lọ	(x) Kò lọ	He does not go
A lọ	A (k)ò lọ	We do not go
Ẹ lọ	Ẹ (k)ò lọ	You do not go
Wọn lọ	Wọn (k)ò lọ	They do not go

(x) the third person singular pronoun is omitted.

4.4.2.2 Negation of the past tense of **láti lọ** (to go):

Past (emphatic)	Negation	English
Emi lọ l'ànă	Emi (k)ò lọ l'ànă	I did not go yesterday

Past (non-emphatic)	Negation	English
Mo lọ l'ànă	N (k)ò lọ l'ànă	I did not go yesterday

Translate the following:

Yoruba	English
Àiná kò mọ̀ pe mo ti lọ.	
A ní k'ó lọ, ṣùgbọ́n kò lọ.	
	We did not tell him to go.
	I did not tell Aina that I had gone.

4.4.2.3 When negating a sentence in the **future tense**, the auxiliary article **k(ò) níí** are used along with the verb.

Negation of the future tense of **láti lọ** (to go) (non-emphatic):

Future	Negation	English
Mà á lọ	Mi ò níí lọ	I will not go
Wà á lọ	O (k)ò níí lọ	You will not go
Á á lọ	(x) Kò níí lọ	He will not go
À á lọ	A (k)ò níí lọ	We will not go
Ẹ̀ ẹ́ lọ	Ẹ (k)ò níí lọ	You will not go
Wọ́n á lọ	Wọn (k)ò níí lọ	They will not go

4.4.2.4 Negation of the future tense of **láti lọ** (to go) (emphatic):

Future	Negation	English
Emi a lọ	Emi (k)ò níí lọ	I will not go

Translate the following:

Yoruba	English
	We will not go.
Ayọ̀ ò níí lọ sí skúùlù náà.	
Èmi ò níí rí àbúrò rẹ.	
	Taye will not buy the radio in Chicago.
Ajá mi ò níí jẹ búrẹ́dì.	
	My cat will not eat its food.
Bádé kò dé adé ọba.	
	We do not want to eat.
	We did not eat.
Bádé lọ, kó padà.	
	Bade will go. She will not come back.

LESSON **FOUR**

4.4.2.5 In the **past perfect tense**, the auxiliary article **ti** is replaced by **kò itíì** (or **ò itíì**) to form the negative:

Negation of the past perfect of **láti lọ** (non-emphatic)

Past perfect	Negation	English
Mo ti lọ	Mi (or N) ò itíì lọ	I have not gone
O ti lọ	O ò itíì lọ	You have not gone
Ó ti lọ	Kò itíì lọ	He has not gone
A ti lọ	A ò itíì lọ	We have not gone
Ẹ ti lọ	Ẹ ò itíì lọ	You have not gone
Wọ́n ti lọ	Wọn ò itíì lọ	They have not gone

4.4.2.6 Negation of the past perfect of **láti lọ** (emphatic):

Past perfect	Negation	English
Emi ti lọ	Emi (k)ò itíì lọ	I have not gone

4.4.2.7 In the **future perfect**, the auxiliary articles **(k)ò ni tii** are used for conveying negative ideas.

Negation of the Future perfect of **láti lọ** (non-emphatic):

Future Perfect	Negation	English
Mà á ti lọ	N (k)ò ní tíì lọ	I will not have gone
Wà á ti lọ	O (k)ò ní tíì lọ	You will not have gone
Á á ti lọ	Kò ní tíì lọ	He will not have gone
À á ti lọ	A (k)ò ní tíì lọ	We will not have gone
Ẹ̀ ẹ́ ti lọ	Ẹ (k)ò ní tíì lọ	You will not have gone
Wọ́n á ti lọ	Wọn (k)ò ní tíì lọ	They will not have gone

4.4.2.8 Negation of the future perfect of **láti lọ** (emphatic):

Future Perfect	Negation	English
Emi á ti lọ	Emi (k)ò ní tíì lọ	I will not have gone

4.4.2.9 Quiz

Use the vocabulary attached to fill in the blank spaces on the next page:

Yoruba	English	Yoruba	English
láti jó	to dance	láti gbọ́	to hear
láti yọ̀	to be happy	láti gbà	to accept
láti kọrin	to sing	láti gbàgbọ́	to believe
láti yin (ènìyàn)	to praise (somebody)	láti dúpẹ́	to thank
láti ní	to say	ijó	dance
láti sọ	to say, to declare	ayọ̀	happiness
láti sọ pé	to say that	orin	song
láti gbàdúrà	to pray	awo or babaláwo	Ifa priest
láti lọ	to go	Ọlọ́run	God
láti rúbọ	to perform a sacrifice	òun òun	he, she, it his, her, its
láti bẹ̀rẹ̀	to start, to begin	òun	and, with
láti bẹ (ènìyàn)	to beg (someone)	Jésù	Jesus
láti dúpẹ́ lọ́wọ́ (ènìyàn)	to give thanks to (someone)	ṣùgbọ́n	but

LESSON **FOUR**

Yoruba	English
Mo rí bàbá wa l'ánà .	
	I will not see our father today.
Ránti ò níí kọrin ní Ṣọ́ọ̀ṣì.	
	Ranti did not pray to Jesus.
	Ranti said that he will not pray to God.
Ránti ò tíì bẹ̀rẹ̀ sí gbàdúrà sí Ọlọ́run.	
Kò níí sọ ibi t'ó lọ.	
	I have not told him where I went.
Dúpẹ́ nyin àwọn awo rẹ̀.	
	Dupe did not praise her Ifa priests.
Dúpẹ́ ò ìtíì yin àwọn awo rẹ̀.	
Dúpẹ́ sọ pe òun ò níí yin àwọn awo òun.	
Babaláwo ní kí Ìyàndá ó rúbọ.	
	Iyanda said he will not perform a sacrifice.
	Iyanda did not perform the sacrifice.
Délé kò kọrin.	
	Dele has not started to sing.
	Dele says that he will not sing.
Mo gbọ́, ṣùgbọ́n mi ò gbà.	
A bẹ̀ ẹ́ títí ṣùgbọ́n kò gbà.	
	We give thanks to God.
Mi ò gbọ́, mi ò sì gbà.	

4.5 EXERCISE

Use your dictionary to find the meanings of the missing words in the table underneath. Then use the vocabulary to fill in the missing spaces.

Yoruba	English	Yoruba	English
	to see	ní ọ̀túnla	
	to sell goods	l'ánà̀	
	to come back	ní ìjẹ́ta	
ilé		ìlú Oyìnbó	
èniyàn		l'éṣín	last year
ọkọ̀ ayọ́kẹ́lẹ́			train
ọkọ̀ òfúrufú			bicycle

Yoruba	English
Mà á lọ (sí) Ṣìkágò l'ọ́tínla.	
	I went to Chicago last year.
	I want to go to New York.
Mo wọ ọkọ̀ ayọ́kẹ́lẹ́ lọ (sí) Dáláàsì.	
Délé wọ ọkọ̀ òfúrufú lọ (sí) Jèpáànù.	
Mo fẹ́ lọ tajà ní Ṣìkágò l'ọ́la.	
	I went to Chicago by train.
	I knew that Tẹ́ni took the train.
Mo ti padà.	
Mo ti padà láti Ṣìkágò.	I have come back from Chicago.

LESSON **FOUR**

LESSON FIVE

LESSON **FIVE**

5.1 DIALOGUE

Mojí àti Ìyábọ̀ padé Ayọ̀ àti Kúnlé

Mojí:	Ìyábọ̀, njẹ́ o ti pàdé Ayọ̀ ati Kúnlé?
Ìyábọ̀:	Rárá.
Mojí:	Ayọ̀, Kúnlé, Iyábọ̀.
Ayọ̀:	Báwo ni, Iyábọ̀?
Ìyábọ̀:	Dáadáa ni. Báwo ni Kúnlé?
Kúnlé:	Kó burú. Ibo l'ẹ̀ nlọ?
Mojí:	À nlọ sí láibìrì; ẹ̀yin nkọ́?
Ayọ̀:	Àwa náà nlọ (sí) láibìrì.
Kúnlé:	Àh Ayọ̀! Mo ṣebí a sọ pé à nlọ sinimá tẹ́lẹ̀ ni.
Mojí:	Ókèé, Ayọ̀, àwọn ìwé ẹ dà?
Kúnlé:	Ẹ má dá a lóhùn. Titori tiyín l'ó ṣe fẹ́ lọ (sí) láibìrì.
Ayọ̀:	Ókèé, ṣé tí ẹ bá ṣe tán ní láibìrì, ṣé a lè lọ (sí) sinimá?
Mojí:	Iyábọ̀?
Ìyábọ̀:	Ókèé, ṣùgbọ́n mo ní ìdánwò l'ọ́la. Ìgbàwo l'ẹ fẹ́ lọ sinimá?
Ayọ̀:	Á á tó aago mẹ́sàn.
Mojí:	Ókèé, ṣe ẹ̀ ẹ́ wá pè wá ní'bẹ̀?
Kúnlé:	Ó dára, à á wá títí aago méjọ àbọ̀.
Mojí:	À á máa retí yín.
Ayọ̀:	Ó dàbọ̀.

Moji and Iyabo meet Ayo and Kunle

Moji: Iyabo, have you met Ayo and Kunle?
Iyabo: No.
Moji: Ayo, Kunle, Iyabo.
Ayo: How is it going, Iyabo?
Iyabo: It is fine. How is it going, Kunle?
Kunle: It's fine. Where are you going?
Moji: We are going to the library. What about you?
Ayo: We are going to the library too.
Kunle: Ah, Ayo! I thought we said we were going to the movies.
Moji: O.K., Ayo, where are your books?
Kunle: Don't mind him. He is going to the library because of you?
Ayo: O.K. When you finish at the library, can we all go to the movies?
Moji: Iyabo?
Iyabo: O.K., but I have an exam tomorrow. When do you want to go to the movies?
Ayo: It will be aroud nine o'clock.
Moji: That is good. Will you come and get us there?
Kunle: That is fine. We will come around eight thirty.
Moji: We will be expecting you.
Ayo: Bye.

LESSON **FIVE**

5.2 VOCABULARY

Yoruba	English	Yoruba	English
míìtì	meet	láíbìrì	library
bárapàdé	meet	ilé-ikàwé	library
mọra	be familiar	fiìdì	field
ìgbàwo	when (question)	ọ̀dàn-ìṣeré	field
ìgbàtí	when (statement)	pápá-ìṣeré	field
ìgbànáà	then	ilé-onjẹ	dining hall
nítorí	because	dọ́mítìrì	dormitory
níbo	where	ilé-isùn	dormitory
níbí	here	kíláàsì	class
níbẹ̀	there	yàrá-ikọ́wě	class
lọ́hìn	over there	sinimá	cinema
ṣùgbọ́n	but	ilé-ìran	cinema
àmọ́	but	mùsíọ̀mù	museum
àti	and	ilé-ọnà	museum
pẹ̀lú	with	páàkì	park
òun	and or with	ọgbà-ìṣeré	park

BEGINNER'S **YORUBA**

5.3 EXPRESSIONS

Yoruba	English
Báwo ni nkan?	How is everything?
Ó dára.	It is O.K.
Dáadáa ni.	It is O.K.
Ṣé o ngbádùn?	Are you having fun?
Bẹ́ẹ̀ni, ẹ ṣe púpọ̀.	Yes, thank you very much.
Ilé nkọ́?	How is your household?
Awọn ọmọ nkọ́?	How are your children?
Bàbá rẹ nkọ́?	How is your father?
Aláfìà ni wọ́n wà.	They are all doing fine.
Wọ́n wà(ní àláfìà).	He exists (in good health).
O rẹ̀ wọ́n diẹ̀.	He is a bit under the weather.
Ara wọn k(ò) dá.	He is sick.
Ẹ pẹ̀lẹ́.	Hello.
Pẹ̀lẹ́ o.	Hello there.
Ó t'ójọ́ mẹ́ta.	It's been quite a while.
Ọjọ́ kan pẹ̀lu (rẹ̀).	Add one more day.
Ẹ kú àtijọ́.	Hello, I haven't seen you in a while.
Àwa niyẹn.	That is us (Such is life).
Ṣé ó fáini?	Is it fine (Are you alright)?
Ó fáini.	It is fine.
Ṣé àláfìà ni?	Are you (or Is everyone) healthy?
Bẹ́ẹ̀ni, àláfìà ni.	Yes, I am healthy.

5.4 TENSES Ctd.

5.4.1 Other Auxiliary Articles
Other auxiliary articles used in conjugating verbs include:

lè	used with the verb infinitive to mean *can* or *may*
Ó yẹ kí	used in front of the noun or pronoun, along with the infinitive to mean *should*
şì or ì	used with the verb infinitive to mean *still*
ibá ti	used with the verb infinitive to mean *should have*
Jẹ́kí	used in front of the noun along with the infinitive to mean *let*

5.4.2 The Subjunctive Mood

The subjunctive mood designates the use of a verb to express supposition, desire, hypothesis or possibility.

5.4.2.1 The present subjunctive, when indicating a possibility, uses the auxiliary article **lè** along with the verb:

Present (emphatic)	Present (non-emphatic)	English
Èmí lè lọ	Mo le lọ	I can go or I may go

5.4.2.2. The past subjunctive, when indicating a possibility, uses the past auxiliary article, **ti**, along with **lè**

Past (emphatic)	Past (non-emphatic)	English
Emí ti lè lọ	Mo ti lè lọ	I might have gone

5.4.2.3 The present subjunctive, when indicating a desire, uses the auxiliary articles **Ó yẹ kí** along with the verb to mean *I should*:

Present	Present	English
O yẹ kí èmi lọ	Ó yẹ kí **n** lọ*	I should go (it is proper that I go)
O yẹ kí ìwọ lọ	Ó yẹ kí **o** lọ	You should go
O yẹ kí òun lọ	Ó yẹ k' **ó** lọ	He should go
O yẹ kí àwa lọ	Ó yẹ k' **á** lọ	We should go
O yẹ kí ẹ̀yin lọ	Ó yẹ kí ẹ lọ	You should go
O yẹ kí àwọn lọ	Ó yẹ k' **ọ́n** lọ	They should go

* the single letter **n** here means I. It should not be confused with the prefix for the present participle of the verb lọ, as in **Mò nlọ** (I am going)

5.4.2.4. In expressing the opposite of the above, the auxiliary articles become **kò yẹ kí** (it is not proper that):

Present	Present	English
Kò yẹ kí èmi lọ	Kò yẹ kí n lọ	I should not go (it is not proper that I go)

5.4.2.5 The present subjunctive, when expressing a regret, such as the English *should have*, uses **ìbá ti** along with the verb

Present	Present	English
Èmi ìbá ti lọ	**M** bá ti lọ	I should have gone
Ìwọ ìbá ti lọ	**Ò** bá ti lọ	You should have gone
Òun ìbá ti lọ	**Ì** bá ti lọ	He should have gone
Àwa ìbá ti lọ	**À** bá ti lọ	We should have gone
Ẹ̀yin ìbá ti lọ	**Ẹ̀** bá ti lọ	You should have gone
Àwọn ìbá ti lọ	**Wọn** ìbá ti lọ	They should have gone

LESSON **FIVE**

5.4.2.6. When expressing the opposite of the above, the auxiliary articles become **kìbá má tìì** (should not have):

Present	Present	English
Èmi kìbá má tìì lọ	Èmi kìbá má tìì lọ	I should not have gone

5.4.2.7 **Quiz**
Use the attached vocabulary to fill in the blank spaces in the table below:

Yoruba	English	Yoruba	English
láti jó	to dance	àbúrò	younger sibling
láti jẹun	to eat	ẹ̀gbọ́n	older sibling

Yoruba	English
Jọ̀wọ́, jẹ́ki àbúrò rẹ wá.	
Ó yẹ kí n jẹun.	
	Please, I want to go home.
	You should not have given him the money.
	I still have some money.
Ìwọ ibá ti sọ fún un.	
Ìwọ kìbá má tìì lọ.	
Ìwọ ibá ti sọ fún ẹ̀gbọ́n rẹ.	
	I can dance, you can sing.

5.4.3 The Imperative Tense

The imperative tense expresses a command. As in English, it appears in sentences without a subject noun. For example, **Wá n'bí** means *come here*. **Padà** means *go back*.

5.4.3.1 Below is a list of common sentences expressing the imperative mood.

Yoruba	English	Yoruba	English
Wá.	Come.	Sún mọ́ mi.	Move close to me.
Wá síbí.	Come right here.	Fẹ́ mi.	Love me (or Marry me).
Máa lọ.	Go away.	Gbọ́.	Listen.
Máa bọ̀.	Come to me.	Gbọ́ mi.	Hear me out.
Tẹ̀lé mi.	Follow me.	Gbọ́ tèmi.	Listen to me.

5.4.3.1 The auxiliary article **Jẹ́kí** is used in front of the noun along with the infinitive to mean *let*.

Present	Present	English
Jẹ́kí èmi lọ.	Jẹ́kí n lọ.	Let me go.
Jẹ́kí òun lọ.	Jẹ́k'ó lọ.	Let him go.
Jẹ́kí àwa lọ.	Jẹ́k'a lọ.	Let us go.
Jẹ́kí àwọn lọ.	Jẹ́k'ọ́n lọ.	Let them go.

5.4.4 Still: ṣì or ì

When expressing an event happening at or up to the time indicated, whether past, present, or future, the adverb ṣì or ì is used. This is equivalent to the English word *still*.

5.4.4.1 In the present:

Present	Present	English
Èmi (ṣ)ì ní	Mo (ṣ)ì ní	I still have

5.4.4.2 In the past tense, the sentence is accompanied with **ní** and the time element:

Past	Past	English
Èmi (ṣ)ì ní (ní + time or period in the past)	Mo (ṣ)ì ní (ní + time or period in the past)	I still had (time or period in the past in the past)

5.4.4.3 In the future tense, the auxiliary (ṣ)ì máa is used:

Future	Future	English
Èmi ṣ(ì) maa ní	Mo ṣ(ì) má ní	I will or shall still have

5.4.4.4 Quiz
Use the attached vocabulary to fill in the blank spaces in the table below:

Yoruba	English	Yoruba	English
láti lówó	to become rich	olólùfẹ́	lover
láti paruwo	to make a noise	láti farabalẹ̀	to be patient
Jọ̀wọ́	Please	ọ̀rẹ́	friend

Yoruba	English
	I will still become rich.
	Let my people go.
Olólùfẹ́ mi, gbọ́ tèmi.	
Jẹ́k'á jọ jó.	
Má paruwo.	Do not make a noise.
	Please, give me some money.
	Please, go away.
Jọ̀wọ́, farabalẹ̀.	
Múra s'iṣẹ́, ọ̀rẹ́ mi.	Work hard, my friend.
Múra sí ẹ̀kọ́ rẹ.	

5.4.5. Auxiliary Articles for Interrogative Sentences:

The Yoruba language forms interrogative sentences by placing certain auxiliary articles in front of the subject.

5.4.5.1 The auxiliary article of interrogation is **Şé** or **Njẹ́**:

English	Yoruba	Yoruba
Do I have?	Şé or Njẹ́ mo ní?	Şé or Njẹ́ èmí ní?
Will I have?	Şé mà á ní?	Şé èmí á ní?
Can I have?	Şé mo lè ní?	Şé èmí lè ní?
Should I have?	Şé ó yẹ kí n ní?	Şé ó yẹ kí èmi ní?

5.4.5.2 The auxiliary article of time is **ìgbàwo ni** or **nígbàwo ni:**

English	Yoruba	Yoruba
When did I have?	(N)ìgbàwo ni mo ní?	(N)ìgbàwoni èmí ní?
When will I have?	(N)ìgbàwo ni mà á ní?	(N)ìgbàwo ni èmí á ní?
When can I have?	(N)ìgbàwo ni mo lè ní?	(N)ìgbàwo ni èmí lè ní?
When should I have?	(N)ìgbàwo ni ó yẹ kí n ní?	(N)ìgbàwo ni ó yẹ kí èmi ní?

5.4.6. Other Auxiliary Articles

English	Yoruba	Yoruba
I cannot have	N ò **lè** ní	Èmi (k)ò **lè** ní
I will never have	N ò **níí** ní	Èmi (k)ò **níí** ní
I probably have	**Bóyá** or **Bọ́yá** mo ní	**Bóyá** or **Bọ́yá** emí ní
I never had	N ò ní **rí**	Èmi (k)ò ní **rí**

LESSON **FIVE**

5.5 YORUBA LITERATURE

While it is true that African nations had no written literature until recent times, they devised many ways of preserving a literary tradition.

The most important literary work in Yoruba is the great body of oracular verses called Odu Ifa - the Ifa corpus. This body of work incorporates almost all of what the Yoruba value. It is passed from one generation to another through specially trained individuals called Babalawo- keepers of secrets.

In recent years, an increasing amount of the traditional oral literature has been written down, recorded and translated.

Wole Soyinka, the 1986 Nobel Prize winner in Literature, often makes use of Yoruba imagery in his work. He has also translated works by other Yoruba writers, like D.O. Fagunwa, into English.

In subsequent chapters, examples of Yoruba poetry, songs, and stories are used.

5.6 EXERCISE

Use your dictionary to find the meanings of the missing words in the table underneath. Then use the vocabulary to fill in the missing spaces in the table below.

Yoruba	English	Yoruba	English
láti gbọ́ (wí)pé	to learn that		the lion
láti rí i (wí)pé	to see that		the elephant
	to know that		the dog
	to say that	ọba	
	to read that	olórí	
láti kígbe (wí)pé		ẹja	
láti jẹ́	to be	búburú	
ajá kan			scales
jẹ́jẹ́	gentle	ẹranko	

Yoruba	English
	The lion is the king of all animals.
Mo mọ̀ wípé ejò jẹ́ ẹranko búburú.	
Mo gbọ́ pé erin jẹ́ ẹranko nlá.	
	I read that fishes have scales.
	I said that I will go to Chicago.
Bọ́lá ní ajá kan.	
Bọ́lá sọ pé òun ní ajá kan.	
	I heard that Bola has a dog.
Ajáa Bọ́lá jẹ́ ẹranko jẹ́jẹ́.	
	I heard that Bola has a gentle dog.
Lọlá kígbe pé òun rí ejò.	
Mo rí i pé ajá Òjó jẹ́ ẹranko jẹ́jẹ́.	

LESSON SIX

6.1 DIALOGUE

Délé àti Bímpé nsọ̀rọ̀ nípa ìlu wọn

Délé: Bímpé, kíni pláanù ẹ fún sọ́mà yí?
Bímpé: Mo npèrò láti lọ (sí) Nàijíríà.
Délé: Èmi náà npláànù láti lọ'lé sùgbọ́n emi o mọ̀ bọ́yá mo le rí owó láti lọ.
Bímpé: Ibo ni ìlù tìyín ní Nàijíríà?
Délé: Àkúrẹ́ ni. Tiẹ nkọ́?
Bímpé: Ìlọrin ni. Báwo ni a ṣe nlọ Àkúrẹ́?
Délé: Ṣé Nàijá ni'wọ yí'ṣá?
Bímpé: Ún-ùn, Amẹ́ríkà l'èmi.
Délé: Ókèé. Tí o bá dé Nàijíríà, Àkúrẹ́ tó igba máìlì sí Èkó. Báwo ni a ṣe nlọ Ìlọrin?
Bímpé: Ṣé Nàijá náà ni'wọ? Tàb'ó pẹ́ tí o ti dé Amẹ́ríka ni?
Délé: Èmi ò dé Nàijíríà ríi!
Bímpé: Mo rí i bẹ́ẹ̀. Tí o bá dé Èkó. Wa á gba ọ̀nà Ìbàdàn lọ Ọ̀yọ́, lọ Ìlọrin.
Délé: Báwo ni Ìlọrin ṣe ri?
Bímpé: Ilú nlá ni ilú Ìlọrin. Òun sì ni olú-ilú ìpínlẹ̀ Kwárà.
Délé: Àkúrẹ́ náà jẹ́ ilú nlá. Òun ni olú-ilú ìpínlẹ̀ Ondó.
Bímpé: Kíni àwọn nkan t'ó jẹ́ pàtàkì ní ilú Àkúrẹ́?
Délé: Àkúrẹ́ ní yunifásítì, àti àwọn ilé ẹkọ́ púpọ̀. Ilú náà sì jẹ́ ibi pàtàki fún àwọn oníṣòwò.
Bímpé: Ilọrin náà jẹ́ ilú nlá. Ó si ní ọ̀pọ̀lọ́pọ̀ ilé-ẹkọ́. Ó sì jẹ́ ilú pàtàki fún àwọn ẹlẹ́sìin Mùsùlùmí.
Délé: Ṣé tí a bá dé Nàijíríà, ṣé mo lè wá kí ẹ ní Ìlọrin.
Bímpé: Inú àwọn òbí mi á dùn láti rí ẹ.

Dele and Bimpe talk about their hometowns

Dele: What are your plans for the summer?

Bimpe: I am planning to go to Nigeria.

Dele: I, too, am planning to go home, but I don't know whether I can get the money to go.

Bimpe: Where is your town in Nigeria?

Dele: It is Akure. What about yours?

Bimpe: It is Ilorin. How does one get to Akure?

Dele: Are you sure you are Nigerian?

Bimpe: No, I am American!

Dele: O.K. When you get to Nigeria, Akure is about two hundred miles from Lagos. How does one get to Ilorin?

Bimpe: Are you sure you too are Nigerian? Or have you been America for too long?

Dele: I have never been in Nigeria before!

Bimpe: I see. When you get to Lagos, you will take Ibadan to Oyo and then to Ilorin.

Dele: How is Ilorin?

Bimpe: Ilorin is a big city. It is the capital city of Kwara State.

Dele: Akure is also a big city. It is the capital city of Ondo state.

Bimpe: What are the important sights in Akure?

Dele: Akure has a university and other institutions. It is an important commercial city.

Bimpe: Ilorin is also a big city. It also has many higher institutions. It is also an important city for Muslims.

Dele: When we get to Nigeria, may I come and visit you in Ilorin?

Bimpe: My parents will be delighted to see you.

LESSON **SIX**

6.2 VOCABULARY

Yoruba	English	Yoruba	English
kòtò	pit	Ìlú-Oyìnbó	England
ihò	hole	Yúróòpù	Europe
ilẹ̀	land	òkun	sea
kànga	well	ọ̀sa	lagoon
ẹrọ̀fọ̀	muddy ground	Òdò Ọya	Niger River
pláànù	plan	tọ́rọ́	threepence
èrò	plan	sísì	sixpence
láti pèrò	to plan	ṣílè	shilling
dúdú	black	ìdánwò	examination
pupa	red	láti múra	to be prepared
funfun	white	láti lọsíwájú	to progress
Nàìjíríà	Nigeria	Áfíríkà	Africa
Amẹ́ríkà	America	ènìyàn-dúdú	African
Éṣíà	Asia	Ilẹ̀-Áfírikà	Africa
Ilẹ̀ Àgànyìn	Togo	Nàìjá	Nigerian
Ìlú-Ọba	London	ọmọ Nàìjíríà	Nigerian

BEGINNER'S **YORUBA**

6.3 EXPRESSIONS

Yoruba	English
Àdùkẹ́, kíl'o fẹ́ ṣe n'ígbà ọlidé?	Aduke, what will you be doing during the holidays?
Ọlidé wo?	Which holidays?
Ìgbà ìsimi wo?	Which holidays?
Ọlidé Kérésìmesì.	Christmas holiday.
Ọlidé Àjínde.	Easter holiday.
Ìgbà ìsimi Iléyá.	Id-el-Fitr holiday.
Mà á lọ (sí) ilé.	I will go home.
Mà á lọ kí àbúrò mi.	I will go and visit my younger sibling.
Mà á lọ rí àwọn òbí mi.	I will go and see my parents.
Mà á lọ Níú Yọ̀ọ̀kì.	I will go to New York.
Ibo n'ílu (ti)yín?	Where is your town?
Ibo l'o ti wá?	Where do you come from?
Ibo l'ẹ ti wá ní ílẹ̀ Yorùbá?	Where are you from in Yorubaland?
Ẹdẹ n'ílú mi.	Ede is my hometown.
Ìkàrẹ́ ni mo ti wá.	I come from Ikare.
Ẹ̀gbá l'a ti wá.	We come from Egbaland.
Stéètì wo ni tiyín?	Which state are you from?
Ògùn steètì ni mo ti wá.	I come from Ogun state.
Ọ̀yọ́ l'èmi.	I am an Oyo citizen.
Èkìtì steètì ni a ti wá.	We come from Ekiti State.
Légọ́ọ̀sì ni stéètìi tiwa.	Lagos is our state.
Ondó steètì ni mo ti wá.	I come from Ondo state.
Ọmọ Kwárà steètì l'àwa.	We are Kwara state citizens.
Ọ̀ṣun ni stéètìi tèmi.	Oshun is my state.
Kogí stéètìi l'èmi.	Kogi state is mine.

6.4 SIMPLE SENTENCES

Yoruba sentences are formed in much the same way as in English. For example:

(a)	Ògèdè-ngbé jẹ́ olórí ogun	Ogedengbe was a military leader (general).
(b)	Bádé dé adé ọba	Bade wears the king's crown.

In sentence (a): **Ògèdè-ngbé** is the subject *(ọlọ́ṣẹ́)*,
 jẹ́ olórí ogun is the predicate *(ọṣẹ́)*

In sentence (b): **Bádé** is the subject *(ọlọ́ṣẹ́)*,
 dé adé ọba is the predicate *(ọṣẹ́)*.

(c)	Ojú ajá Òjó nṣ èjẹ̀	Ojo's dog's eye is bleeding.
(d)	Àdéhùn Olúwa kìí yẹ̀	God's promise never fails.

In sentence (c): **Ojú ajá Òjó** is the subject *(ọlọ́ṣẹ́)*,
 nṣ èjẹ̀ is the predicate *(ọṣẹ́)*.

In sentence (d): **Àdéhùn Olúwa** is the subject *(ọlọ́ṣẹ́)*,
 kìí yẹ̀ is the predicate *(ọṣẹ́)*.

6.4.1 Quiz

Analyze the following sentences as subject and predicate:

	Yoruba	English
(a)	Àga baba dá.	The old man's chair breaks.
(b)	A bá baba ní ààfin ọba.	We met the old man in the king's palace.
(c)	Ìwà ìkà kò pé.	Wicked deeds are not good.
(d)	Bọ̀wọ̀ fún bàbá rẹ.	Respect your father.
(e)	Ọlọ́run dá ayé.	God created the world.
(f)	Àràbà ni baba.	Araba is the father.
(g)	Àjànàkú wo ẹ̀hìn.	The elephant looks back.
(h)	Iṣẹ́ Olúwa kò lè bàjẹ́.	God's work cannot spoil.

Rules for Simple Sentences

(1) The article comes after the object:
  (a) *the house* is translated as **ilé náà** (house the).
  (b) *my dog* is translated as **ajá mi** (dog my).

(2) The numerical article comes after the object when the number is ten or less:
  (a) *one child* translates as **ọmọ kan** (child one).
  (b) *two cars* is translated as **káà méjì** (car two).

(3) The numerical article comes before the object when the number exceeds ten:
  (a) *thirty houses* is translated either as **ọgbọ̀n ilé**.
  (b) *two hundred and five* horses is translated as **igba ó lé már ǔnẹ ṣin**.

(4) When two nouns are combined to indicate possession, the first noun is usually the object possessed. The other noun is the possessor. e.g.
  (a) **Àbẹ̀bí nbọ́ ọ̀bọ ọba** (*Àbẹ̀bí is feeding the king's monkey*). Here, **ọ̀bọ** (monkey) comes before **ọba** (king).
  (b) **Ojú ajá Òjó nṣ ẹ̀jẹ̀** (*The eye of Ojo's dog is bleeding*). Here, Ojo possesses the dog, which in turn possesses the bleeding eye.

(5) The adjective may come before or after the noun
  (a) **Olúróunbí jẹ́jẹ́ àgùntan bọ̀lọ̀jọ̀** (*Olúróunbí made a promise of beautiful sheep*). **Àgùntan** (sheep) is the noun, **bọ̀lọ̀jọ̀** is the adjective.
  (b) **Aláǎnún èniyàn ni Akínwálé** (*Akinwale is a kind person*). Here **Aláǎnún** qualifies **èniyàn**.

LESSON **SIX**

6.4.2 Forming Simple Sentences

6.4.2.1 The subject-transitive verb-object structure. These are among the simplest sentences. For example:

Subject	Verb trans.	Object	Translation
Mo	ní	owó	I have money.
O	kọ	ìwé	You wrote a book.
A	rí	ajá	We saw a dog.
Ẹ	jẹ	búrẹ́dì	You ate bread.
Wọ́n	kọ́	ìwé	They studied a book.

6.4.2.2 The subject-intransitive verb-object structure uses the directional article **sí** or **s'** (both meaning *to*) or **sínú** (*into*). For example:

Subject	Verb intr.	article	Object	Translation
Mo	lọ	sí	ilé	I went to my home.
O	bọ́	sínú	kànga	You fell into a well.
Délé	já	s'	ilẹ̀	Dele fell to the ground.
A	wá	sí	skúùlù	We came to school.
Wọ́n	kó	sí	ikòto	They fell into a pit.

6.4.2.3 The subject-transitive verb-direct object-indirect object structure uses the directional article **fun (f)** (*to*) in between the direct and indirect objects. For example:

Subject	Verb trans.	direct object	Article	indirect object	Translation
Adé	gbé	aṣọ	fún	mi	Ade gave some clothes to me.
A	fi	ọpẹ́	f'	Ọlọ́run	We give thanks to God.
Wọ́n	ṣe	onjẹ	fun	Bàbá	They made food for (our) father.

6.5 YORUBA SONGS

Introduction

Singing is an integral part of the Yoruba culture. There ae songs for nearly all occasions, including birth, marriage, death, advertising, and all festivals.

All music is accompanied by a drum carved from a tree trunk, hollowed and covered with hides. The talking drum is shaped like an hourglass. In the hands of a skilled drummer, this drum can be used to convey messages.

Below are a few examples of Yoruba songs:

6.5.1. Christian song:	
Iṣẹ́ Olúwa	God's work
Kò lè bàjẹ́ o	Cannot be spoiled
Iṣẹ́ Olúwa	God's work
Kò lè bàjẹ́ o	Cannot be spoiled
Kò lè bàjẹ́ o (2ce)	Cannot be spoiled (2ce)
Iṣẹ́ Olúwa	God's work
Kò lè bàjẹ́ o	Cannot be spoiled

6.5.2. Muslim song:	
Báarikà rẹ ò é	Congratulations to you
Báarikà rẹ	Congratulations to you
Òkè Aráfà tó o gùn	For climbing Mount Ararat
Báarikà rẹ	Congratulations to you

6.5.3. Advertisement jingle for Bean gruel (Mọ́ínmọ́ín):	
Mọ́ínmọ́ín elédé	Moinmoin, full of shrimps
Mo gbé e dé Pẹnkẹlẹmẹ́sì	It's here for sale - Penkelemesi
Àrí má léè lọ	Once seen, it is difficult to leave behind.
Àwò padà sẹ́hìn	
Mo gbé e dé Pẹnkẹlẹmẹ́sì	Once sampled, it invites you back
	It's here for sale - Penkelemesi

LESSON **SIX**

6.5.4. Marriage song:

Kíl'ẹ̀ nṣe tí ẹ fi pọ̀ báwọ̀nyí o? Ìyàwó l'à ngbé o. Ìlẹ̀kẹ̀ sọ, ìlẹ̀kẹ̀ sọ wọ̀wọ̀. Ìyàwó l'à ngbé o.	What occasion calls for this many people? We are having a marriage ceremony. Beads a-plenty, beads a-plenty. We are having a marriage ceremony.

6.5.5. Love song:

Ọmọ pupa ò. Ọmọ pupa l'èmí nfẹ́. Ọmọ pupa ò. Jọwọ́ mo féràn rẹ o. Tí m bá dé Lọ́ndọ̀nù. Mà á wá f'owó ọkọ̀ ránṣẹ́. Ọmọ pupa ò. Jọwọ́ k'o fẹ́ràn mi ò.	Light-skinned lady, The light-skinned lady is who I love. Light-skinned lady. Please, I love you. When I get to London, I will send money for you to come. Light-skinned lady, Please, love me.

6.5.6. Praise song for the Yoruba people:
  - by Hubert Ogunde

Yorùbá, yo yo yo bí iná alẹ́; Yorùbá, ru ru ru bí omi òkun; Yorùbá baba ni babá nṣe.	Yoruba, shining brightly as a light in the dark; Yoruba, restless as the water of the sea; Yoruba, a leader indeed you are!

6.5.7. Popular song:

Ọjọ́ itọ́rọ́, ẹmu ni. Ọjọ́ isísì, ẹmu ni. M bá ti l'áyá(2ce). Kèrègbè ní ò jẹ́ ò e.	When I had threepence, it went for palm wine. When I had sixpence, it went for palm wine. I would have been married by now, But the gourd would not let me.

6.5.8. Another popular song:

Orí ló m'ọlọ́la. Orí l'ó m'ọla. Bóya mà á d'ọlọ́la l'ọla, Orí ló mọ.	Only the head knows who will be wealthy. Only the head knows the future. Perchance I will be wealthy in the future. Only the head knows.

6.5.9. Funeral Song

Ìgbà tí mo gbọ́ ikú Awóyẹle o, Ẹ̀rú bà mí, mo mọ̀ p'áyé le. Ayé le o. Ẹsọ̀ o.	When I heard of Awoyele's death, I was afraid; I knew that life is tough. Life is tough. Please, take it easy.

6.5.10. Hunter's song - Ijala: Kiniun
   - *translated by R.C. Abraham*

Kìnìún a fì'tọ̀ gba'jù; Jà-nta inú ìgbẹ́
Tí ílé ọmọdé gun orí ọ̀ọ̀dẹ̀ bàràbàrà
Ó ní 'àf'erin, àf'erin, àf'erin, àf'erin
Àf'èniyàn, àf'igi dúdú kijan-kijan, kijan kijan
Àf' Ọlọ́run

Translation:

Lion who urinates round about in the scrub
You giant of the bush
Who drives children helter skelter onto their verandahs
He says,' I fear no foe but elephants, men, the dense forest
And the Almighty.'

LESSON **SIX**

6.5.11. Children's song:

Bí mo ti nlọ sí'léèwé, sí'léèwé l'ówúrọ̀ yí,
Bí mo tí nlọ sí'léèwé, mo r'ẹ́yẹ tí nkọrin.
Tí nsọ pé k'á múra, k'á múra, ìdánwò nbọ̀.
Tí nsọ pé k'á múra, k'á bàá lè lọsíwájú.

Translation:

As I was going to school this morning,
As I was going to school, I heard a bird singing.
It was saying we should work hard.
It was saying we should work hard so we could progress.

6.5.12 Lullaby

Bọ́lá nkọ́ o?
Ó wà n'lé o.
Kíl'ó nṣe o?
Ó sùn gbẹrẹgẹjẹ sí yàrá o.
K'ó má ṣu púpọ̀ o.
K'ó má ṣàì ṣu.
K'ó má gbóná janjanjan.
K'ó má tutù ninini bí ẹbà àná o.

Translation:

Where is Bola?
She is at home.
What is she doing?
She is sleeping soundly in the room.
May her stomach not run too much.
May her stomach not stop running.
May she not be overly hot.
May she not be overly cold like yesterday's gruel.

6.6 EXERCISE

Use your dictionary to find the meanings of the missing words in the table underneath. Then use the vocabulary to fill in the missing spaces.

Yoruba	English	Yoruba	English
láti wọ (aṣọ)	to wear (clothes)		shoes
láti dé (fìlà)	to put on a cap		pants
láti fọ (aṣọ)			shirt
láti sá (aṣọ)		fìlà	
láti lọ (aṣọ)	to iron (a cloth)	òrùka	
láti wọ (bàtà)	to put on (shoes)	aago-ọwọ́	
Ó tó àsìkò láti.	It is time to...	agbádá	
	coat	gèlè	

Yoruba	English
Agogo mélŏ ni?	What time is it?
Agogo mẹ́rin ni.	It is four o'clock.
	It is seven o'clock.
Dúpẹ́ wọ aṣọ rẹ̀.	
Dúpẹ́ wọ aṣọ skúùlù rẹ̀.	
Ó wọ bàtà rẹ̀.	
Ó dé fìlà rẹ̀.	
	Ayo puts on his pants.
	He put on his shirt.
	Ayo has a wristwatch.
Màma Dúpẹ́ fọ aṣọ skúùlù rẹ̀.	
Ó sá a sí oòrùn.	
	Ayo's mother irons his schoolclothes.
Tíṣàa Dúpẹ́ wọ aago-ọwọ́ àti òrùka.	
	Ayo's teacher has a coat.

LESSON SEVEN

7.1 DIALOGUE
Ọlá àti Simi ṣe alábàpàdé ara wọn

Ọlá: Ẹ jọ̀wọ́. Mo gbọ́ tí ẹ nsọ Yorùbá l'ó jẹ́ kí ndá yín dúró.

Simi: Bẹ́ẹ̀ni. Ṣé Yorùbá náà l'ẹ̀yin?

Ọlá: Bẹ́ẹ̀ni. Ọlá l'orúkọ mi.

Simi: Simi ni tèmi.

Ọlá: Ṣé ìtòsí ibí náà l'ẹ ngbé?

Simi: Bẹ́ẹ̀ni, ní ìkan nínú àwọn ilé t'ó kọjú sí'bí yĭ

Ọlá: Ah! ibẹ̀ náà l'èmi ngbé. Ó pẹ́ tí ẹ ti ngbé níbẹ̀?

Simi: O ti tó nkan bí ọdún méjì.

Ọlá: Ibí yĭ náà l'ẹ ti wá nra onjẹ?

Simi: Bẹ́ẹ̀ni.

Ọlá: Kíl'ẹ wá rà?

Simi: Mo kàn ní kí n ra awọn ìwọ̀nba nkan tí mà á mú lọ sí skúùlù l'ọ́la ni.

Ọlá: Emi náà wá ra búrẹ́dì, bọ́tà àt'àwọn èlò ọbẹ̀ ni. Ṣé ẹ mọ̀, àwa báṣẹ́lọ̀?

Simi: Ọjà wọn ti wọ́n jù ní'bí yĭ

Ọlá: Emi náà ri i bẹ́ẹ̀. Ìwọ̀nba ẹran tí mo rà yĭ jẹ́ dọ́là méje. Búrẹ́dì yĭ papà, dọ́là méjì ni.

Simi: Mo mọ ibì kan tí wọ́n ti nta àwọn nkan-èlò ọbẹ̀ tí kò wọ́n.

Ọlá: Ṣé ẹ lè mú mi dé'bẹ̀?

Simi: Kò burú.

Ọlá: Ẹ ṣé púpọ̀. Ṣé ẹ lè fún mi l'áago yín? Ṣé kò ní sí wàhálà ṣá?

Simi: Ó tì ò.

Ọlá: Kò burú, t'ó bá di Sátidé, mà á pè yín.

Simi: Okèé. Mà á máa retí aago yín.

Ọlá: O dàbọ̀.

Ola and Simi meet for the first time

Ola: Pardon me. I heard you speaking Yoruba. That is why I stopped you.

Simi: Yes. Are you a Yoruba too?

Ola: Yes. Ola is my name.

Simi: Mine is Simi.

Ola: Do you live in this neighborhood?

Simi: Yes, in one of those houses across the street.

Ola: Ah! I also live there. Have you lived there for long?

Simi: It has been about two years.

Ola: And you buy your groceries here?

Simi: Yes.

Ola: What did you come to buy?

Simi: I just plan to buy a few items to take to school tomorrow.

Ola: I came to buy bread, butter and a few other items for stew. You know, we bachelors.

Simi: Things are too expensive here.

Ola: I noticed that too. This little piece of meat cost seven dollars. Even this loaf of bread cost two dollars.

Simi: I know a place where one can buy ingredients for stew cheaply.

Ola: Can you take me there?

Simi: No problem.

Ola: Thank you very much. Can you give me your phone number? I hope this is not a problem.

Simi: No.

Ola: O.K. I will call you on Saturday.

Simi: O.K. I will be expecting your phone call.

Ola: Goodbye.

LESSON **SEVEN**

7.2 VOCABULARY

Yoruba	English	Yoruba	English
Ẹ jọwọ́	Pardon me	bẹ́ẹ̀ni	yes
Ẹ dákun	Please	bẹ́ẹ̀kọ́	no
òpópónà	street	rárá	no
àdúgbò	neighborhood	Ó tì	no
ìtòsí	nearby	báṣẹ́lọ̀	bachelor
ẹ̀bá	close by	àpọ́n	bachelor
ọ̀gbọ́n	ward of a town	wúndíá	virgin
ọdún	year	adélébọ̀	married woman
oṣù	month	búrẹ́dì	bread
ọjọ́	day	bọ́tà	butter
onjẹ	food	bisikíìtì	biscuit
aṣọ	cloth	àkàrà	bean cake
bàtà	shoe	Dọ́là	Dollar
aago	timepiece, time	Náírà	Naira
tẹlifóònù	telephone	Pọ́un	Pound
tẹlifiṣọ̀nù	television	kọ́bọ̀	penny

BEGINNER'S **YORUBA**

7.3 EXPRESSIONS

Yoruba	English
Ẹ ṣé púpọ̀.	Thank you very much.
Mo dúpẹ́.	I thank (you).
Mo tọrọ gáfárà.	I ask permission.
Mo kágò.	I ask permission (to enter, to pass etc.).
Ẹ má bìnú.	Please do not be angry.
Ṣé Yorùbá l'ẹ̀yin?	Are you a Yoruba?
Ṣé ọmọ ilẹ̀ Yorùbá ni yín?	Are you a child (or citizen) of Yorubaland?
Ṣe ọmọ ilẹ̀ Ká àrọ̀-O-ò-jíire* ni yín?	Are you a child of Yorubaland?
Ibo n'ilu tiyín n'ílẹ̀ Yorùbá?	Where is your own town in Yorubaland?
Ibo l'ẹ ti wá ní Nàìjíríà?	Where do you come from in Nigeria?
Orílẹ̀-èdè wo ni tiyín n'ílẹ̀ aláwọ̀-dúdú (or Afiríkà)?	Which country are you from in Africa?
Ṣé éríà ibí l'ẹ ti wá?	Do you come from around this neighborhood?
Ṣé ẹ̀ba ibì l'ẹ ngbé?	Do you come from near here?
Ṣé ilé yin k(ò) jìnnà s'íbí?	Is your house nearby?
Kíl'ẹ wá tà n'íbí?	What do you come here to sell?
Kíl'e wá ṣe n'íbí?	What do you come here to do?

*Ká àrọ̀-O-ò- jíire: Praise name for Yoruba people

7.4 NUMERALS

Traditional Yoruba numerals become very complicated in the higher numbers. Efforts have been made in recent years to move to a simpler way of counting.

7.4.1 Basic Numerals:
The basic numerals from zero to ten are:

	Basic	Adjective
0	òdo, òfo	òdo, òfo
1	ení, ọkan	kan
2	èjì	méjì
3	ẹta	mẹ́ta
4	ẹrin	mẹ́rin
5	àrún	márǔn

	Basic	Adjective
6	ẹfà	mẹ́fà
7	èje	méje
8	ẹjọ	mẹ́jọ
9	ẹsán	mẹ́sǎn
10	ẹwá	mẹ́wǎ

All other numbers are based on these. It is therefore essential that they are memorized.

The adjectival form only adds an **m** to the basic numeral. Thus I have four dogs is **Mo ní ajá mẹ́rin**.

7.4.1.1 Traditional Yoruba numbers have a duodecimal base. That is, all numbers are counted with a base of twenty, **ogun**:

	English		Yoruba	
20	twenty		ogún	
30	thirty		ọgbọ̀n	
40	forty	2 X 20	ogún méji	ogóji
50	fifty	(3X20)-10	ẹ̀wá dín ogún mẹ́ta	àádọ́ta
60	sixty	3X 20	ogún mẹ́ta	ọgọ́ta
70	seventy	(4X20)-10	ẹ̀wá dín ogún mẹ́rin	àádọ́rin
80	eighty	4X 20	ogún mẹ́rin	ọgọ́rin
90	ninety	(5X20)-10	ẹ̀wá dín ogún márǔn	àádọ́rǔn
100	One hundred	5X20	ogún máǹn	ọgọ́rǔn

Thus, the number 87 is expressed as three less ten, less five times twenty or **ẹ̀ta dín láàdọ́rún.**

7.4.1.2 For large numbers, the base changes to 200, **igba**. Very large numbers have a base of 2000, **ẹgbẹ̀wá**

	English	Yoruba		
		Breakdown	Translation	On elision
200	two hundred	10 X 20	ogún mẹ́wǎ	igba
300	three hundred	400-100	ọ̀rún dín irínwó	ọ́ọ́dúnrún
400	four hundred	400	irínwó	irínwó
500	five hundred	3 X 200-100	ọ̀rún dín igba mẹ́ta	ẹ̀ẹ́dẹ́gbẹ̀ta
600	six hundred	3 X 200	igba mẹ́ta	ẹgbẹ̀ta
700	seven hundred	4 X 200-100	ọ̀rún dín igba mẹ́rin	ẹ̀ẹ́dẹ́gbẹ̀rin
800	eight hundred	4 X 200	igba mẹ́rin	ẹgbẹ̀rin
900	nine hundred	5 X 200-100	ọ̀rún dín igba márǔn	ẹ̀ẹ́dẹ́gbẹ̀rǔn
1000	one thousand	5 X 200	igba márǔn	ẹgbẹ̀rǔn
2000	two thousand	10 X 200	igba mẹ́wǎ	ẹgbẹ̀wǎ
3000	three thousand	15 X 200	igba máŕn dínlógún	ẹgbẹ̀ẹ́dógún
4000	four thousand	2 X 2000	ẹgbẹ̀wǎ méjì	ẹgbàajì
6000	six thousand	3 X 2000	ẹgbẹ̀wǎ mẹ́ta	ẹgbàata

Thus, the number 4423 is expressed as (2 x 2000) + 400 + (3 + 20) or **ẹgbàajìlérinwo lé mẹ́tàlélógún.**

LESSON **SEVEN**

7.4.2 Modern Yoruba Numerals:

Modern Yoruba numerals have a decimal base, as in English. All numbers have ten (**idi**) as a reference number. Thus

10	ten	1 X 10	idì kan
20	twenty	2 X 10	idì méjì
30	thirty	3 X 10	idì mẹ́ta
40	forty	4 X 10	idì mẹ́rin
50	fifty	5 X 10	idì márŭn
60	sixty	6 X 10	idì mẹ́fà
70	seventy	7 X 10	idì méje
80	eighty	8 X 10	idì méjọ
90	ninety	9 X 10	idì mẹ́sǎn
100	one hundred	1X100	àpò kan
200	two hundred	2X100	àpò méjì
300	three hundred	3X100	àpò mẹ́ta
500	five hundred	5X100	àpò márŭn
700	seven hundred	7X100	àpò méje
800	eight hundred	8X100	àpò méjọ
900	nine hundred	9X100	àpò mẹ́sǎn
1000	one thousand	1X1000	ọ̀kẹ́ kan
2000	two thousand	2X1000	ọ̀kẹ́ méjì
4000	three thousand	4X1000	ọ̀kẹ́ mẹ́rin
6000	six thousand	6X1000	ọ̀kẹ́ mẹ́fà
8000	eight thousand	8X1000	ọ̀kẹ́ méjọ
9000	nine thousand	9X1000	ọ̀kẹ́ mẹ́sǎn

The number 87 above can now be written as *ten times eight plus seven* or **idì mẹ́jọ l'éje** *or* **idì mẹ́jọ l'ẹ́yọ méje**.
The number 4,423 above is written as four thousand, four hundred and twenty-three, **ọ̀kẹ́ mẹ́rin, àpò mẹ́rin, àt'idì, méjì l'ẹ́ta.**

7.4.3 Larger Denominations

10,000	ten thousand	ìdì ọ̀kẹ́
20,000	twenty thousand	ìdì méjì ọ̀kẹ́ or ìdì ọ̀kẹ́ méjì
100,000	one hundred thousand	àpò ọ̀kẹ́
300,000	three hundred thousand	àpò mẹ́ta ọ̀kẹ́ or àpò ọ̀kẹ́ mẹ́ta
1,000,000	one million	òdù kan
10,000,000	ten million	ìdì òdù
20,000,000	twenty million	ìdìméjì òdù, ìdì òdù méjì
1,000,000,000	one billion	èèrú kan
10,000,000,000	ten billion	ìdì-èèrú
100,000,000,000	one hundred billion	àpò èèrú
1000,000,000,000	one trillion	ọ̀kẹ́ èèrú kan

Thus, 10,203,047, or ten million, two hundred and three thousand, and forty seven is **ìdì òdù kan, àpò méjì l'ẹta ọ̀kẹ́, ìdì mẹ́rin l'éje.**

100,456,710,908, is **àpò èèrú kan, àpò mẹ́rin at' ìdì márùn l'ẹ́fà òdù, àpò méje at' ìdì kan ọ̀kẹ́, àpò mẹ́sàn l'ẹ́jọ**

LESSON **SEVEN**

7.4.4 Class Exercise

Fill in the spaces in the table below.

Number	English	Yoruba
67	sixty-seven	ìdì mẹ́fa l'éje
73		
171	one hundred and seventy-one	àpò kan, at' ìdì méje lé kan
782		
1,890	one thousand, eight hundred and ninety	ọ̀kẹ́ kan, àpò mẹ́jọ àt' ìdì mẹ́sàn
3,583		
12,748	fifteen thousand, seven hundred and forty-eight	ìdìkan l'éjì ọ̀kẹ́, àpò méje at'ìdì mẹ́rin l'ẹ́jọ
73,457		
100,045	one hundred thousand and forty-five	àpò-kan ọ̀kẹ́, at'ìdì mẹ́rin l'ár'ùn
747,698		
12,345,678	twelve million, three hundred and forty five thousand, six hundred and seventy-eight	idìkanl'eji òdù, àpò mẹ́ta at'ìdì mẹ́rin l'ar'ùn ọ̀kẹ́, àpò mẹ́fa at'ìdì méje l'ẹ́jọ
69,111,597		

BEGINNER'S **YORUBA**

7.4.5 Numerals as Adjectives

As adjectives, Yoruba numbers may come before or after the nouns they modify. For example:

I have seven books translates to **Mo, ní ìwé méje.** However, *I have five hundred books* can be translated as follows:

mo ní ìdimár'ìn ìwé	I have twenty times five books
mo ní ìdì ìwé márìn	I have twenty boooks times five
mo ní iwe ìdì márìn	I have books twenty times five

When the number being expressed is between one and ten, it is customary to put the number after the noun. However, for large numbers, the second of the three possibilities is preferred. For extremely large numbers, it is best to keep the numbers together:

| I bought three cars. | Mo ra mọ́tò mẹ́ta. |
| Ade purchased twenty six mangoes. | Adé ra ìdìméjì l'ẹ́fàa mọ́ngòrò *or* Adé ra ìdìi mọ́ngòrò méjì l'ẹ́fà. |

7.4.6 Ordinal Numbers:

Ordinal numbers are those like 1st, 2nd, 3rd, 24th, 100th, 124th (first, second, third, twenty-fourth, used in designating size, rank, position etc.

In the Yoruba language, the ordinal nouns are formed by taking **ìkó** (the taking or possessing), reducing it to the contraction **ìk** and attaching it to cardinal numbers as a pefix. For example:

| He is *the first* translates to **Òun ni ìkíní**. |
| He is *first among his equals* translates to **Òun ni ìkíní nínún àwọn ẹgbẹ́ ẹ rẹ̀** |

7.4.6.1 Ordinal adjectives are formed by using **(ì)k.**as a prefix with cardinal numbers. *He is in first place* translates to **Oun l'ó ṣe ipò (ì)kíní.**

Below is a table of ordinal numbers :

		Nouns	Adjectives
	1st	ikíní	ikíní or kíní
	2nd	ikéjì	(ì)kéjì
	4th	ikẹ́rin	(ì)kẹ́rin
	5th	ikárǔn	(ì)kárǔn
	6th	ikẹ́fà	(ì)kẹ́fà
	9th	ikẹ́sǎn	(ì)kẹ́sǎn
	10th	ikẹ́wǎ	(ì)kẹ́wǎ
	11th	ikọ́kànlá or ikódì kan lé kan	(ì)kọ́kànlá or (ì)kódì kan lé kan
	14th	ikẹ́rindínlógún or ikódì kan l'ẹ́rin	(ì)kẹ́rindínlógún or (ì)kódì kan l'ẹ́rin
	20th	ikódì méjì	(ì)kódì méjì
	30th	ikódì mẹ́ta	(ì)kódì mẹ́ta
	100th	ikápò kan	(ì)kápò kan
	1001th	ikọ́kẹ̌ kan lé kan	(ì)kọ́kẹ̌ kan lé kan
	1234th	ikọ́kẹ̌ kan, àpò méjì àt'ìdì mẹ́ta l'ẹrin	(ì)kọ́kẹ̌ kan, àpò méjì àt'ìdì mẹ́ta l'ẹrin

7.4.6.2 **Quiz**
Translate the following to Yoruba:

English	Yoruba
sixth place	ibi ....
seventh number	èèkà ....
eighth person	ẹni kẹ́jọ
fifteenth position	ipò ......
seventieth man	ọkùnrin .....
one hundred and forty-first child	ọmọ ikápò kan, àt'ìdì mẹ́rin lé kan
one thousand and fifteenth mile	máìlì......
ninety-seventh time	ẹ̀rẹ̀ ......

7.4.7 Numerals in Expressing Number of Times:

In expressing the number of times a given incident happens, the numeral adverbs are formed by prefixing èrè -usually contracted to è è - before the cardinal number when used as an adjective. Thus:
It happened thrice translates to è èmẹ́ta l'ó ṣ ẹlẹ̀.

The numeral adverbs are formed by prefixing **ní** èrè - elided to **lẹ́ ẹ̀** - before the cardinal numbers. Thus for the question: **èrẹ̀ mél'o l'ó ṣ ẹlẹ̀?** *(how many times did it happen?)*, the response would be **ó ṣ ẹlẹ̀ lẹ́ èmẹ́ta** *(it happened thrice)*. However, for larger numbers, the word **lèrè** is merely used with the cardinal number:

Basic	Noun	adverb
once	èèkan	lẹ́èkan
twice	èèméjì	lẹ́èméjì
thrice	èèmẹ́ta	lẹ́èmẹ́ta
four times	èèmẹ́rin	lẹ́èmẹ́rin
ten times	èèmẹ́wàor èrè idi kan	lẹ́èmẹ́wà, or lẹ́rè idi kan
a hundred times	èrè àpò kan	lẹ́rè àpò kan

LESSON **SEVEN**

7.5 YORUBA POETRY

Yoruba poems are collectively called **ewì**. They can be classified as follows :

	Name	Description
(a)	**Oríkì** (Praise poetry)	Poems recited in praise of people, towns, gods, etc. Every Yoruba household has its own oriki, shared by all its members.
(b)	**Rárà** (Eulogy, Panegyric)	Poems, recited mainly during burial ceremonies, composed of a man's oriki and his achievements while on earth.
(c)	**Ìkì** (Ode)	A poem usually in praise of a person of importance.
(d)	**Ìsúre** (Bard)	Poem in the form of a blessing, usually rendered by a masquerader, an **egúngún**.
(e)	**Ògèdè, Ọfọ̀** (Incantation)	Poetry recited by native medicine men (**olọ́sànyìn**) and others. It is claimed to possess magical powers.
(f)	**Odù Ifá** (Ifa Corpus)	Poetry of the Yoruba divination, generally recited by the **babaláwo**.
(g)	**Ìjálá** (Hunting ditty)	Poetry recited mainly by hunters in the form of songs. They can be about the bravery of past hunters or of the animals being hunted.

7.5.1 Vocabuary of Yoruba Poetry

Yoruba	English
láti kéwì	to sing or recite a poem
láti pe ọfọ̀, ògèdè	to recite incantations
láti sun rárà	to intone a eulogy (about someone)
láti pe (or sun) ìjálá	to sing a hunting ditty
láti súre	to recite a poem as a blessing
láti ki (ènìyàn)	to address (someone) by his oriki
láti pe Ifá, láti kì Ifá	to recite some verses in the Ifa corpus

7.5.1 Characteristics of Yoruba Poetry

Yoruba poetry is characterized by the following:

(a) **Hyperbole:**
A hyperbole exaggerates for effect and is not meant to be taken literally. Yoruba poems, particularly hunters' ditties, often make use of hyperbole. Bí erín bá lọ ní'bi kan, ní'jọ́ kan, Ibẹ̀ á d'ọ̀nà. Bí ìyá rẹ̀ bá kọjá ní'bẹ̀ ní'jọ́ kéjì, Ibẹ̀ á d'òde gba-ngba. *Translation* *If an elephant passes through a place once,* *Such a place becomes a road.* *And if his mother later goes through there,* *It becomes an extended plain.*

(b) **Wordplay:**
This is a distinguishing feature of the literary style common in Ifa recitations. Wordplay makes use of the tonal variations in the meanings of words: Orí l'ó mọ ọlọ́là. Orí l'ó mọ'la. Bóyá mà á d'ọlọ́là l'ọ́la, Orí l'ó mọ̀. *Translation:* *Only **ori** knows who will become wealthy.* *Only **ori** knows what the future will bring.* *If I will become a wealthy man in the future,* *Only **ori** knows.*

The wordplay here is with **là** (to be wealthy).
ọ**lá** means wealth;
ọ̀**la** means tomorrow or the future;
ọ**lọ́là** means a wealthy person.

LESSON **SEVEN**

Another poem stressing wordplay:
Aràbà ni baba. Àrábá ni baba. Ẹni a bá l'ábà ni baba. *Translation:* *Araba is the father.* *The kapok tree is father.* *Whoever we find in the barn is father.*

The wordplay here is with **bá** (to encounter)
Aràbà is head of the **babalawo**
Àràbà is the kapok tree
baba is father
abà is a barn

(c) Figures of Speech:
Metaphor:
A metaphor is a figure of speech in which one thing is likened to another. So, different things are spoken of as if they were the same:
Njẹ́ t'ẹ bá bi mí léèrè. Tí ẹ ní kíni mo ṣe lọ fẹ́ 'lepo. Mà l'epo ni'rọ̀jú ọbẹ̀. Ẹni fẹ́ 'lepo l'áya, Ẹ̀rọ̀ á wọlée rẹ̀. *Translation:* *If I were asked,* *Why I decided to marry an oil seller.* *I will say that oil is the soother of stew.* *Whoever takes an oil seller for wife,* *Peace will enter his household.*

There is no doubt that this balladeer is not in search for a palm oil seller to marry.

> **Simile:**
> A simile is a figure of speech in which one thing is likened to another, often by the use of *like, as,* etc.
>
>   Ifá ó ràtà b'ọmọ ẹ̀,
>   Bi igún Ìgẹmọ̀.
>
> *Translation:*
>
> *Ifa will shield his children,*
> *Like the vulture of Igemo*

Personification:
This is a poem in which a thing, quality, or idea is represented as a person. This is most prevalent in **Odù-Ifá**.

> **Wèrèpè** - *translated by Wande Abimbola*
>
> Ẹ ni t'ó ju ni lọ,
> Ju'Fáa 'lé ẹni lọ.
> A dífá fún wèrèpè,
> Tí nf'ojú ṣògbérè ọmọ.
> Wọ́n ní kí ó rúbọ....
>
> *Translation:*
> *He who is greater than oneself,*
> *Is greater than the Ifa divination instruments of one's household.*
> *Ifa divination was performed for cow-itch.*
> *Who was crying, in tears for want of children.*
> *She was asked to perform a sacrifice....*

Here, **werepe**, cow-itch, is treated as if it is a person.

> **Onomatopeia:**
> The formation of a word by imitating the natural sound associated with it is common in Yoruba verses.
>
> Gbùrùgùdù ayé fọ́.
> Ayé fọ́.
>
> *Translation:*
>
> The earth has broken into pieces, sounding gburugudu.
> The earth breaks into pieces.

7.6 EXERCISE

Use your dictionary to find the meanings of the missing words in the table underneath. Then use the vocabulary to fill in the missing spaces in the table below.

Yoruba	English	Yoruba	English
	soup	iṣu	
	meat	láti **gún** iṣu	
àlùbọ́sà		iyán	
ata		àmàlà	
epo		láti **ro** àmàlà	
iyọ̀		ìrẹsì	
omi		lati **se** ìrẹsì	
ẹ̀fọ́		gaàrí	
ilá		ẹ̀bà	
láti **se** ọbẹ̀	to make stew	láti **ro** ẹ̀bà	

Yoruba	English
Màma Bọ́lá nse ọbẹ̀.	
Màma Bọ́lá nse ọbẹ̀ ẹ̀fọ́.	
Bọ́lá nse iṣu. O fẹ́ gún iṣu.	
	Bola's mother bought ingredients for soup.
Màma Bọ́lá ra ẹran, ata, àti àlùbọ́sà.	
	Bola's mother has oil and salt at home.
Bàba Bọ́lá fẹ́ran ọbẹ̀ ẹ̀fọ́.	
	Bola likes rice and meat.
Màma Bọ́lá nro ẹ̀bà fún Bọ́lá.	
	Bola's sister is cooking some rice.
	Bola's mother loves amala.

LESSON **SEVEN**

LESSON EIGHT

8.1 DIALOGUE
Ayọ̀ àti Tẹ́ní nsọ̀rọ̀ nípa eré-ìdáraya

Ayọ̀: Tẹ́ní, n'íbo l'o ti nbọ̀? O nlàágùn.
Tẹ́ní: Mo lọ gbá tẹ́níìsì ni.
Ayọ̀: Ṣé o ngbá tẹ́níìsì dáadáa?
Tẹ́ní: Bẹ́ẹ̀ni, ìkan nínú àwọn eré-ìdáraya tí a nṣe ní Nàìjíríà nìyẹn.
Ayọ̀: Àwọn eré-ìdáraya míràn wo l'ó gbajúmọ̀ ní Nàìjíríà?
Tẹ́ní: Àwa obìnrin á máa gbá sọ́kà àti tẹ́níìsì.
Ayọ̀: Àwọn ọkùnrin wá nkọ́?
Tẹ́ní: Àwọn ọkùnrin náà á máa ṣe gbogbo àwọn eré wọnyí. Wọ́n sì tún njẹ̀ṣẹ́ àti ẹkẹ.
Ayọ̀: Eré básíkẹ́tibọ̀ọ̀lù nkọ́?
Tẹ́ní: O ti ngbilẹ̀ gaan ní Nàìjíríà. Ṣebí o mọ̀ pé Nàìjá ni Hàkíìmù Ọlájùwọ́n.
Ayọ̀: Ún-Ùn, èmi ò mọ.
Tẹ́ní: Ah! Ayọ̀, oníyẹ̀yẹ́!
Ayọ̀: Okéè, eré futubọ́ọ̀lù nkọ́?
Tẹ́ní: Ṣé eré futubọ́ọ̀lù ti Amẹ́ríkà? Ó tì. Eré tí Amẹ́ríkà npè ní sọ́kà ni à npè ní futubọ́ọ̀lù.
Ayọ̀: Ìgbàwo l'o tún máa lọ gbá tẹ́níìsì?
Tẹ́ní: Á á tó ọjọ́ mẹ́rin l'óní. Ọ̀rẹ́ mi kan fẹ́ mú mi lọ wo bésìbọ̀ọ̀lù.
Ayọ̀: Ṣé wọ́n ngbá bésìbọ̀ọ̀lù ní Nàìjíría náà?
Tẹ́ní: Rárá, ṣùgbọ́n mo ti nkọ ọ lát'ìgbà tí mo ti dé Amẹ́ríkà. Mo sì ti nfẹ́ràn rẹ̀. Irú eré-ìdáraya wo ni'wọ fẹ́ràn láti máa ṣe?
Ayọ̀: Mo fẹ́ràn láti máa lúwẹ̀.
Tẹ́ní: Ah! Ah! Ṣé ìwọ yí'le lúwẹ̀?
Ayọ̀: Bẹ́ẹ̀ni, bí ẹja. Igbà tí o bá tún fẹ́ lọ gbá tẹ́níìsì, kí o pè mí, k'á jọ lọ.
Tẹ́ní: Ó dára. Mà á pè ẹ́.

Ayo and Teni talk about sports

Ayo: Teni, where have you been? You are sweating.
Teni: I went to play tennis.
Ayo: Do you play tennis well?
Teni: Oh yes. It is one of the games that we play in Nigeria.
Ayo: What other games are popular in Nigeria?
Teni: We women play soccer and tennis.
Ayo: What about the men?
Teni: Men also play these games. They also box and wrestle.
Ayo: What about basketball?
Teni: It is becoming very popular in Nigeria. I am sure you know that Hakeem Olajuwon is a Nigerian.
Ayo: No, I did not know that!
Teni: Ah! Ayo, you are a jokester.
Ayo: O.K. What about football?
Teni: Are you talking about American football? Oh no. What Americans call soccer is called football.
Ayo: When are you going to play tennis again?
Teni: It will be about three days from today. A friend of mine invited me to a baseball game.
Ayo: Is baseball played in Nigeria?
Teni: No, but I have been learning how to play it since I came to America. I am beginning to like it. What kind of sports do you play?
Ayo: I like to swim.
Teni: Ah! Ah! Can you swim?
Ayo: Yes, like a fish. When you you go to play tennis, call me so we can both go.
Teni: Alright. I will call you.

LESSON **EIGHT**

8.2 VOCABULARY

Yoruba	English	Yoruba	English
tẹ́níisì	tennis	eré-ìdáraýa	sports
sọ́kà	soccer	eré-ìje	competition
bọ́ọ̀lù	ball	eré orí-itàgé	staged play
ìjẹkẹ	wrestling	eré-orin	music
gídígbò	wrestling	eré-ipá	horseplay
ifò	high jump	eré-líle	horseplay
òkò-jíjù	shotput	erékéré	unwanted play
ọ̀kọ̀-sísọ	javelin	eré-sísá	running
ẹ̀ṣẹ́-jíjà	boxing	eré-ayò	game of ayo
futubọ́ọ̀lù	football	eré-òṣùpá	evening play
básíkẹ́tìbọ́ọ̀lù	basketball	ẹja	fish
ilùwẹ̀	swimming	ẹyẹ	bird
kẹ̀kẹ́-gígùn	cycling	ẹranko	animal
gọ́ọ̀fù	golf	kòkòrò	crawling bug

BEGINNER'S **YORUBA**

8.3 EXPRESSIONS

Yoruba	English
Tẹ́ní, n'íbo l'o ti nbọ̀?	Teni. where have you been?
Tẹ́ní, n'íbo l'o nlọ?	Teni, where are you going?
Mò nbọ̀ lát'ilé.	I am coming from home.
Mò nlọ sí ọ́fíìsì.	I am going to the office.
Mò nlọ (s')óko.	I am going to the farm.
Mò nre àjò.	I am traveling.
Mò nr'ọjà.	I am going to the market.
Awọn irú eré wo l'awọn ọmọdé nṣe ní Nàìjíríà?	What kinds of games do children play in Nigeria?
Awọn ọmọdé a máa gbá sọ́kà. Wọn a si máa sáre.	Children play soccer. They also run.
Awọn àgbàlagbà fẹ́ran láti máa ta ayò ọlọ́pọ́n.	Older people like to play ayo-olopon.
Irú eré wo ni ayò ọlọ́pọ́n?	What kind of game is ayo-olopon?
Ayò ọlọ́pọ́n jẹ́ eré pàtàkì t'ó pilẹ̀ ni ilẹ̀ Yorùbá.	Ayo-olopon is an important game created by Yoruba people.
Báwo ni a ṣe nta ayò ọlọ́pọ́n?	How is ayo-olopon played?
Ènìyàn méjì l'ó nta ayò ọlọ́pọ́n.	Two people are needed to play ayo-olopon
Ṣé ẹ má ngbá sọ́kà ní Nàìjíríà?	Do you play soccer in Nigeria?
Bẹ́ẹ̀ni, a ngbá sọ́kà ní Nàìjíríà.	Yes, we play soccer in Nigeria.

LESSON **EIGHT**

8.4 NOUNS

Yoruba nouns generally begin with a vowel and contain two or more syllables. For example: **ajá** (dog), **orí** (head), **apá** (arm).

8.4.1 Possesive Nouns: (Orúkọ oní-nkan)

8.4.1.1 To form possessive nouns from other nouns, the following prefixes are added:

(a)	**Al**	áta	one who owns or sells *ata (pepper)*
(b)	**El**	éwé	one who owns or sells *ewé (leaves)*
(d)	**Ẹl**	ẹ́mu	one who owns or sells *ẹmun (wine)*
(e)	**On**	ílé	one who owns *ílé* - a landlord *(ile:house)*
(f)	**Ol**	ówó	one who owns *owó* - a rich man *(owó: money)*
(g)	**Ọl**	ọ́gbọ́n	one who owns *ọgbọ́n* -a wise person *(ọgbọ́n: wisdom)*

With nouns that do not begin with a vowel, possessive nouns are formed by attaching the prefix "**Oní**" to the noun:

(a)	**Oní**	mọ́tò	one who owns *mọ́tò - a vehicle* owner or a driver *(mọ́tò: vehicle)*
(b)	**Oní**	búrẹ́dì	one who owns bread or a baker
(c)	**Oní**	gbèsè	one who owns *gbèsè* - a debtor *(gbèsè; a debt)*

8.4.1.2 The combination of two or more nouns is also used to indicate possession:

(a)	**Filà Òjó**	Ojo's cap
(b)	**Adé ọba**	king's crown
(c)	**Ojú ajá Òjó**	Ojo's dog's eye *or* the eye of the dog of Ojo

8.4.2 Titular Nouns: (Orúkọ ìpè)

8.4.2.1 To form titular nouns from verbs, the following prefixes are added to the corresponding verbs. For example, from the verb, láti **lọ ta,** (to grind pepper):

(a)	*A* lọ ta	One who is grinding pepper
(b)	*Ọ̀* lọ ta	One whose profession is pepper grinding
(d)	*Ì* lọ ta	The profession of pepper grinding
(e)	*Aláì* lọ ta	One who is *not* grinding pepper

8.4.2.2 Titular nouns are also formed by duplicating the infinitive verbs:

(a)	láti kọ́lé	to build a house
	kọ́lékọ́lé	one who builds houses - bricklayer
(b)	láti lọ ta	to grind peppers
	lọ talọ ta	one who grinds pepper
(d)	láti fọ́lé	to rob a house
	fọ́léfọ́lé	one who robs houses; a burglar
(e)	láti jagun	to fight a war
	jagunjagun	one who fights wars; a warrior, a soldier

8.4.2.3 Naming a tool from a corresponding verb:

(a)	ẹ̀rọ ilọ ta	pepper grinding machine
(b)	ẹ̀rọ ifọṣọ	machine used for washing clothes (láti fọṣọ: to wash clothes)

8.4. 3 Descriptive nouns: (Orúkọ ṣíṣe):

These are nouns that describe the act of doing something.

8.4.3.1 To form positive descriptive nouns, an **i** is combined with the first consonant of a verb to form a prefix for the corresponding verb. From the verb **lọ ta** (to grind pepper) and **jáde** (to go out):

(a)	**Lí**	**lọ ta** or **ata** **lílọ̀**	the act of pepper grinding
(b)	**Jí**	**jáde**	the act of going out

8.4.3.3 Descriptive nouns are also formed by adding **àti** as a prefix:

(a)	**àti**	**lọ ta**	the act of pepper grinding
(b)	**àti**	**jáde**	the act of going out

8.4.3.4 The negative is formed by adding **àì** as a prefix to the verb:

(a)	**Àì**	**lọ ta**	the act of not grinding pepper
(b)	**Àì**	**jáde**	the act of not going out

8.4.4 Imported Nouns

Many nouns have their roots in English or Arabic.

8.4.4.1. Some of the commonly used nouns derived from Arabic include:

àlùbáríkà	congratulations	**Jímọ́ ọ̀**	Friday
àdúrà	prayer	**Àlàmísì**	Thursday
àlùfáà	priest	**àlùbọ́sà**	onion
àlùjọ̀nú	evil spirit		

8.4.4.2 Nouns derived from English are too numerous to list as new ones come into use every day. However, some of the more common ones are given below.

ẹnjiníà	engineer	**bọ́ ọ̀lù**	ball
dókítà	doctor	**mọ́tò**	motor
lọ́yà	lawyer	**káà**	car
dírẹ́bà	driver	**rélùwéè**	railway
sọ̀fíyọ̀	surveyor	**kọ̀mpútà**	computer
skúùlù	school	**rédíò**	radio

BEGINNER'S **YORUBA**

8.4.5 Compound Nouns

Compound nouns are formed by:

(1) combining two or more nouns:

(a)	**aráyé** is a combination of two nouns: **ará** and **ayé** (inhabitant and world), i.e. a human being.
(b)	**ẹranko** is a combination of two nouns: **ẹran and oko** (flesh and farm), i.e. an animal.

(2) the combination and elision of a phrase, clause, or sentence that describe the function, appearance, circumstance, or other characteristics of an object.

(a)	**alùpùpù,** a machine that sounds pu, pu, pu when in motion, i.e. a motorcycle
(b)	**afàyàfà,** an animal that crawls on its stomach, i.e. a reptile, particularly a snake
(c)	**olóríburúkú**, someone with a bad head, i.e. an unlucky person
(d)	**ilé àwọṣífìlà**, a house that makes one lose one's cap when admiring its height, i.e. a skyscraper
	ẹrọ ìmóhùnmáwòrán, a device that captures the voice and image, i.e. a television
(e)	**ẹrọ asọ̀rọ̀mágbèsì**, a device that talks without asking for a reply, i.e. a radio.

8.4.6 Names

8.4.6.1 The names of people are derived from the circumstances in which parents find themselves or wish for their lives. They are also sentences combined and elided to form a single word.

(a)	The name **Olúwákáyọ̀dé** is a sentence meaning God has brought happiness to us.
(b)	**Fágbèmí** means **Ifá** supports my aspirations.
(c)	**Ogúnníyì** means **Ògún** (god of iron) has respect.

LESSON **EIGHT**

8.4.7 Singular/Plural: (Ẹyọ àti ọ̀pọ̀)

Yoruba nouns do not use prefixes or suffixes to distinguish singular from plural. When indicating plurals, the following pronouns are used with the nouns to be made plural; **àwa** is placed in front of the noun that includes the speaker:

| (a) | *àwa* olówó | we, rich men |
| (b) | *àwa* ọ̀dọ́ | we, young ones |

The word **ẹ̀yin** is placed in front of the group addressed:

| (a) | *ẹ̀yin* àgbààgbà | you, elders |
| (b) | *ẹ̀yin* oníṣòwò | you, traders |

The word **àwọn** is for the noun being mentioned:

| (a) | *àwọn* ilú ilẹ̀ ẹ Yorùbá | Yoruba towns |
| (b) | *àwọn* oníṣẹ́-ọwọ́ | the artisans |

8.5 EXERCISE

Use your dictionary to find the meanings of the missing words in the table underneath. Then use the vocabulary to fill in the blanks below.

Yoruba	English	Yoruba	English
ilé		láti kọ́lé	
yàrá		ààfin	
pálọ̀	parlor	ọba	
bẹ́ẹ̀dì		ilé olókè mẹ́ta	three-story house
ibùsùn		láti dàbí	to resemble
	table	kísìnì	kitchen
	chair		
	sofa		television
			radio

Yoruba	English
Ọ̀rẹ́ mi ní ilé.	
Ọ̀rẹ́ mi ní ilé kan sí ìlu wọn.	
	The house is very beautiful.
	It has many rooms.
Ilé náà ní pálọ̀ nlá àti kísìnì t'ó tóbi.	
	My friend's room has a big bed.
pálọ̀ rẹ̀ sì ní telifíṣọ̀nù àti rédíò.	
	There are two sofas in the parlor.
Kọ́lá nkọ́lé kan sí Èkó.	
	It is a four-story house.
Ilé náà dàbí ààfin ọba.	
	My father's house is in Lagos.

LESSON **EIGHT**

LESSON NINE

9.1 DIALOGUE

O kú Oríire!

Kólé: Bùsọ́lá, káàsán o.
Bùsọ́lá: Ẹ káàsán Sà. Ẹ kúujọ́ mẹ́ta Sà.
Kólé: Mó gbọ́ pé o ti ṣe àwọn iṣẹ́ skúùlù (r)ẹ tán.
Bùsọ́lá: Bẹ́ẹ̀ni Sà.
Kólé: Kọngratuléṣọ̀n. O kú oríire!
Bùsọ́lá: Ẹ ṣé púpọ̀ Sà.
Kólé: Igbà wo ni o máa ṣe graduéṣọ̀n?
Bùsọ́lá: Ó di Júùnù Sà.
Kólé: Ṣé àwọn Dádì àti Mọ́mì nbọ̀ láti Nàìjíríà?
Bùsọ́lá: Mo rò bẹ́ẹ̀ Sà. Mo ti kọ lẹ́tà sí ẹ́mbásì ṣùgbọ́n èmi ò mọ̀ bóyá wọ́n á rí fisà gbà.
Kólé: L'ágbára Ọlọ́run, wọ́n á rí i gbà.
Bùsọ́lá: Ẹ ṣé púpọ̀ Sà.
Kólé: Kíl'o fẹ́ ṣe lẹ́hìn èyí?
Bùsọ́lá: Mo fẹ́ lọ kọ́ iṣẹ́ dókítà ni Sà.
Kólé: Ṣé o ti àpláì?
Bùsọ́lá: Bẹ́ẹ̀ni Sà. Ṣùgbọ́n èmi ò tíì gbọ́ èsì.
Kólé: Ọlọ́run a jẹ́ kí ó bọ́sí i.
Bùsọ́lá: Amín.
Kólé: Tí Mọ́mì àti Dádì bá dé, jẹ́ kí n gbọ́.
Bùsọ́lá: Yẹsà.
Kólé: Ókèé. Ó dàbọ̀.
Bùsọ́lá: Ó dàbọ̀ Sà.

Congratulations!

Kole: Good afternoon, Busola.

Busola: Good afternoon, Sir.

Kole: I heard that you have finished your coursework.

Busola: Yes, sir.

Kole: Congratulations. Greetings for your good luck.

Busola: Thank you very much, sir.

Kole: When is graduation?

Busola: It is not until June, sir.

Kole: Are your Dad and Mom coming from Nigeria?

Busola: I hope so, sir. I have written a letter to the embassy, but I do not know if they will be given visas.

Kole: By God's grace, they will obtain visas.

Busola: Thank you very much, sir.

Kole: What are your plans after this?

Busola: I plan to pursue a degree in medicine.

Kole: Have you applied?

Busola: Yes, sir, but I have not received a reply yet.

Kole: God will make it possible.

Busola: Amen.

Kole: When your Mom and Dad arrive, please let me know.

Busola: Yes, sir.

Kole: O.K. Good-bye.

Busola: Good-bye, sir.

LESSON **NINE**

9.2 VOCABULARY

Yoruba	English	Yoruba	English
lẹ́tà	letter	ẹ́mbásì	embassy
ìwé	letter, book	ilé-aṣojú	embassy
rìpláì	reply	àmbásẹ́dọ̀	ambassador
èsì	reply; answer, response	aṣojú	ambassador
àpòòwé	envelope	físà	visa
stámpù	stamp	ìwé-ìwọlé	visa
òòtẹ̀-lẹ́tà	stamp	pásípọ́ọ̀tù	passport
posọ́fíìsì	post office	ìwé-ìròkèèrè	passport
ọ́fíìsì-onílẹ́tà	post office	yẹsà	yes, sir
apínlẹ́tà	postman	yẹsìmà	yes, madame
		bẹ́ẹ̀ni sà	yes, sir
àpláì	apply	bẹ́ẹ̀ni mà	yes, madame
ṣe ìbẹ̀wẹ̀	apply	agbára	energy
aplikéṣọ̀n	application	ipá	force
ìwé-ìbẹ̀wẹ̀	application	ìgbóra	power

9.3 EXPRESSIONS

Yoruba	English
Bùsọ́lá, káàrọ̀ o.	Busola, good morning.
Bùsọ́lá kú ìrọ̀lẹ́ o.	Busola, good evening.
Ẹ káàrọ̀ Sà.	Good morning, Sir.
Ẹ kú ìrọ̀lẹ́ Sà.	Good evening, Sir.
Kọngratuléṣọ̀n!	Congratulations!
Báríkà!	Congratulations!
O kú oríire.	Greetings for your good luck.
Ẹ kú ìpalẹ̀mọ́.	Greetings for getting ready to take a journey.
Ẹ ṣé púpọ̀ Sà.	Thank you very much, Sir.
Mo gbọ́ pé o yege nínú ìdánwò (r)ẹ.	I heard that you did well on your exams.
Mo gbọ́ pé o páàsì ìdánwò (r)ẹ.	I heard that you passed your examinations.
Mo gbọ́ pé o ti ṣetán ní iléèwé (r)ẹ.	I heard that you finished with your schooling.
Ṣé o ti ṣetán nínú ẹ̀kọ́ (r)ẹ?	Have you finished with your schooling?
Bẹ́ẹ̀ni Sà.	Yes, Sir.
Òótọ́ ni Mà.	It is true, madame.
Rárá Mà, ó ku oṣù mẹ́ta.	No, madame. I have three more months to go.
Rárá Ma. ó ku ọdún kan kí n tó ṣetán.	No, madame. I have one more year before I finish.
A dúpẹ́ l'ọ́wọ́ Ọlọ́run.	Thanks be to God.
A f'ọpẹ́ f' Ọlọ́run.	We give thanks to God.
A yin Ọlọ́run l'ógo.	We glorify God.

9.4 ELISION

In Chapter 2, we learned that Yoruba words are usually combinations of morphemes. This means that the original meanings attached to the morphemes are preserved in the new word formed. However, elision makes the analysis of compound words more difficult.

9.4.1 Definition

Elision is the omission or slurring of a vowel or a syllable in pronunciation. For example:
Ní ìgbà tí is elided and becomes **nígbàtí**.
Ará ayé is elided and becomes **aráyé**.
Baba oní awo is elided and becomes **Babaláwo**.

Elisions occur frequently in the Yoruba language. While their occurrence is not easy to explain, some common rules apply.

Rules of Elision

(1) Elision between the preposition **ní** (at) and a noun beginning with a letter other than *i* reduces **ní** to **l'**:

(a)	**ní ọwọ́ ọ̀tún** *(at the right hand)* becomes **l'ọwọ́ ọ̀tún**.
(b)	**ní ojú alẹ́** (at dusk) becomes **l'ojú alẹ́**.

(2) Elision between the preposition **sí** (to, towards) and a noun beginning with a letter other than *i* reduces **sí** to **s'**:

(a)	**sí ọwọ́ ọ̀tún** *(to the right hand)* becomes **s'ọwọ́ ọ̀tún**.
(b)	**sí ọ́dọ̀** (towards) becomes **s'ọ́dọ̀**.

(3) Elision between the preposition **ní** (at) or **sí** (to) and a noun beginning with **i** eliminates one of the **i**'s.

(a)	**ní ìgbà tí** (at the time that) becomes **nígbàtí** (when).
(b)	**sí ìsàlẹ̀** (to the bottom of) becomes **s'ísàlẹ̀**.

(4) When elision occurs between the verb **ní** (to have) and a noun beginning with a vowel, **ní** becomes **l**.

(a)	**Mo ní owó** (I have money) becomes **mo lówó**.
(b)	**Mo ní ojú** (I have eyes) becomes **mo lójú**.

(5) When elision occurs between the verb **ni** (to be) and a noun or pronoun beginning with a vowel, **ni** becomes **l'**.

(a)	**Olúwa ni olùṣọ́-àgùntàn mi** (The Lord is my shepherd) becomes **Olúwa l'olùṣọ́-àgùntàn mi**.
(b)	**Kìnìún ni ọba ẹranko** (The lion is the king of animals) becomes **Kìnìún l'ọba ẹranko**.

(6) When elision occurs between the verb **ní** (to say) and a subsequent word beginning with a vowel, **ní** becomes **l'**.

(a)	**Wọ́n ní ẹbí mi ni** (They said she was my relative) becomes **Wọ́n l'ẹ́bí mi ni**.
(b)	**Wọ́n ní abọ̀rìṣà ni mí** (They said that I am an idol worshipper) becomes **Wọ́n l'ábọ̀rìṣà ni mí**.

However, when the next word begins with the vowel **i**, **ní** becomes **n'**.

(a)	**Wọ́n ní iyekan mi ni** (I was told she is maternally related to me) becomes **Wọ́n n'íyekan mi ni**.
(b)	**Awo níí gbé awo ní ìgbọ̀nwọ́** (The priest of Ifa usually depends on his colleagues in times of trouble) becomes **Awo níí gbé awo n'ígbọ̀nwọ́**.

(7) When elision occurs between the verb **fún** (to give) and a word beginning with a vowel, **fún** becomes **f'**.

(a)	**Mo fún Ọrúnmìlà** (I sacrificed or gave it to Orunmila) becomes **Mo f'Ọrúnmìlà**.
(b)	**A dífá fún Oríṣẹ̀ẹ́kú, ọmọ Ògún** (Ifa divination was performed for Oriseeku, offspring of Ogun) becomes **A dífá f'Óríṣẹ̀ẹ́kú, ọmọ Ògún**.

LESSON **NINE**

(8) When elision occurs between the verb **fi** (to take) and a subsequent word beginning with a vowel, **fi** becomes **f'**.

(a)	**A fi ọpẹ́ fún Ọlọ́run** (We take thanks and give to God or We give thanks to God) becomes **A f'ọpẹ́ f'Ọlọ́run.**
(b)	**Wọ́n fi ọ̀rọ̀ náà lọ àwọn àgbààgbà** (They took the problem and announced it to the elders *or* They sought the advice of elders) becomes **Wọ́n f'ọ̀rọ̀ náà lọ àwọn àgbààgbà.**

9.5 YORUBA PROVERBS

The Yorubas have quite a large number of proverbs. Knowledge of these is regarded as proof of great wisdom. As a matter of fact, a conversation is not considered interesting unless it is sprinkled with a copious amount of proverbs. A proverb is said to be "the horse of a conversation. When a conversation wilts, a proverb is used to revive it."

Below is a list of some Yoruba proverbs, their English translations, and equivalents:

1	Proverb	Àgbà t'ó wẹ̀wù àṣejù, ẹ̀tẹ́ ni yóò fi rí.
	Translation	An elder who clothes himself in pride will surely be visited by humiliation.
	Equivalent	Pride goes before a fall.
2	Proverb	Àìdúró ni ijó.
	Translation	One is said to be dancing as long as one does not stand still when the music is playing.
	Equivalent	Slow and steady wins the race.
3	Proverb	Ohun tí ajá yóò jẹ, èṣù á ṣe é.
	Translation	What the dog will eat, the devil will provide.
	Equivalent	God will provide.
4	Proverb	Bí baba ti rí, bẹ́ẹ̀ ni ọmọ rí.
	Translation	As the father is, so is the son.
	Equivalent	Like father, like son.
5	Proverb	Èso tí a bá gbìn ni à nká.
	Translation	We can only reap the seeds we planted.
	Equivalent	As a man sows, so shall he reap.

5	Proverb	Ìfẹ́ l'àkójá òfin.
	Translation	Love is the ultimate of all laws.
	Equivalent	*Love conquers all things.*

9.5.1 Quiz

Provide an English equivalent for each of the Yoruba proverbs below and give a circumstance in which it can be applied.

1	Proverb	Bí igí bá wó lu igi, t'òkè ni à nkọ́ gé
	Translation	If one tree falls on another, the one on top is the first removed.
	Equivalent	
	Use	

2	Proverb	Ìjáfara l'éwu.
	Translation	Procrastination can be dangerous.
	Equivalent	
	Use	

3	Proverb	Ijọ́ t'ó bá burú ni à nmọ ẹni t'ó fẹ́'ni.
	Translation	A person knows who his friends are on the day misfortune befalls him.
	Equivalent	
	Use	

4	Proverb	A kìí t'ojú ogun w'ẹ́fọ́n.
	Translation	One does not begin to search for arrows upon getting to the battlefield.
	Equivalent	
	Use	

5	Proverb	Ogun àgbọ́tẹ́lẹ̀ kìí p'arọ.
	Translation	A previously announced battle does not kill the lame person.
	Equivalent	
	Use	
6	Proverb	Sùúrù ni baba ìwà.
	Translation	Patience is the father of character.
	Equivalent	
	Use	

9.6 EXERCISE

Use your dictionary to find the meanings of the missing words in the table underneath. Then use the vocabulary to fill in the missing spaces in the table below.

Yoruba	English	Yoruba	English
oríire			examination
olóríire			failure
	prayer		to fail
	to pray	láti yege	
tuntun		ọpẹ́	
mír̀àn		láti ṣọpẹ́	
láti gbọ́ èsì	to receive a reply	láti yọ̀ (ayọ̀)	
	blessing	inúdídùn	

Yoruba	English
	Busola took an examination.
Bùsọ́lá gbọ́ èsì ìdánwò rẹ̀.	
	Busola passed her examination.
	Dapo failed his examination.
Inúun Bùsọ́lá dùn.	
Bùsọ́lá nyọ̀.	
Olóríire ni àwọn òbí Bùsọ́lá.	
	Busola's parents thanked God.
Dàpọ́ gbàdúrà sí Ọlọ́run.	
	God heard Dapo's prayers.
Dàpọ́ ṣe ìdánwò mír̀àn.	
	Dapo received God's blessing.
	Dapo passed the new examination.
	Dapo and Busola are happy.

LESSON TEN

10.1 DIALOGUE

Yẹmi àti Bọ́lá nwá iṣẹ́

Yẹmi: Bọ́lá, báwo ni nkan? O t'ọjọ́ mẹ́ta.
Bọ́lá: Dáadáa ni. Báwo ni? O ò tilẹ̀ pè mí.
Yẹmi: Má bĩnún. Iṣẹ́ tí mo nwá kò jẹ́ kí nráyè. Njẹ́ o ti ríṣẹ́?
Bọ́lá: Rárá. Emi náà nwáṣẹ́ kiri ni.
Yẹmi: Kini méjọ̀ ẹ ná?
Bọ́lá: Kompútà ni mo ṣe. Ìwọ nkọ́?
Yẹmi: Bísínẹ́ẹ̀sì ni mo ṣe. Awọn ibo l'o wáṣẹ́ sí?
Bọ́lá: Mo apláì sí àwọn ọ̀pọ̀lọ́pọ̀ iléeṣẹ́ ní Ṣikágò, ṣùgbọ́n wọn ò pe mi fún intafiù.
Yẹmi: Ọ̀pọ̀lọ́pọ̀ àwọn iléeṣẹ́ yĩ l'ó ndá àwọn òṣìṣẹ̀ dúró l'ásìkò yĩ.
Bọ́lá: Iwọ nkọ́, ibo l'o àpláì si?
Yẹmi: Emi náà apláì sí awọn iléeṣẹ́ ní Ṣikágò àti Níú Yọ̀ọ̀kì. Ṣùgbọ́n tí n ò bá rí iṣẹ́ k'ó tó di Dìsẹ́mbà, ma á lọ ṣe iṣẹ́ tíṣà.
Bọ́lá: Emi náà ti nronú nípa iṣẹ́ tíṣà ṣùgbọ́n ó wù mí kí nfi méjọ̀ mi ṣiṣẹ́.
Yẹmi: Ọ̀pọ̀lọ́pọ̀ àwọn skúùlù ni wọ́n ti nkọ́ kompúta. O bẹ́tà ju kí Olúwa rẹ̀ má a rìn kiri.
Bọ́lá: O ri bẹ́ẹ̀.
Yẹmi: Mo ti àpláì sí àwọn skúùlù kan.
Bọ́lá: Jọ̀wọ́, ṣé ti nbá kọ aplikéṣọ̀n, ṣé o lè bá mi fún wọn?
Yẹmi: Mà á fún wọn.
Bọ́lá: Igbà wo ni mo tún máa rí ẹ.
Yẹmi: Tí o bá ti kọ aplikeṣọ̀n náà, kí o pè mí. O kúkú mọ aago mi.
Bọ́lá: Okèé Mà á pè ẹ̀. Ó dàbọ̀.
Yẹmi: Ó dàbọ̀, Bọ́lá.

Yemi and Bola look for jobs

Yemi: Bola, How are you? It's been a long time.

Bola: Everything is OK. You haven't called me.

Yemi: Pardon me. My job hunting has occupied my time. Have you got a job?

Bola: Oh no. I too am looking for employment.

Yemi: What did you major in?

Bola: [I did] Computer Science. What about you?

Yemi: [I did] Business. Which places did you apply to?

Bola: I applied to many places [of employment] in Chicago, but I was never called for an interview.

Yemi: Many of those places are laying off people at this time.

Bola: What about you? Where did you apply?

Yemi: I too applied to a lot of places in Chicago and New York. But if I do not get a job by December, I will go and teach.

Bola: I, too, am thinking about teaching, but I would love to work with my major.

Yemi: Many schools now offer computer studies. It is better than looking for a job indefinitely.

Bola: I agree with you.

Yemi: I have applied to some schools.

Bola: Please, if I write an application, will you help me submit it?

Yemi: I will submit it.

Bola: When will I see you again?

Yemi: Once you write the application, call me. Of course, you know my telephone number.

Bola: O.K. I will call you. Bye.

Yemi: Bye, Bola.

LESSON **TEN**

10.2 VOCABULARY

Yoruba	English
kọ̀mpútà	computer
èrọ-iṣirò	computer
ọpọlọ-kọ̀mpútà	central processing unit
ika-kọ̀mpútà	computer keybooard
agbòji-kọ̀mpútà	computer screen
ikin-kọ̀mpútà	byte
èdèe-kọ̀mpútà	computer language
awo-kọ̀mpútà	computer disc
sọ́bujẹ́ẹ̀tì	subject
àṣàyàn-ẹ̀kọ́	subject
bísínẹ́ẹ̀sì	business
ẹ̀kọ́ iṣòwò; ẹ̀kọ́ nípa òwò	business studies
iṣòwò	engaging in business
ètò-owó	accounting
ètò-ọrọ̀	economics
aṣirò-owó	accountant
ẹ̀kọ́ iṣirò-owó	accountancy
itàwìn	selling on credit
iràwìn	buying on credit
igbèsè	debt
lati bẹ́tà (ju)	to be better (than)
láti sàn (ju)	to be better (than)
intafíù	interview
ibẹ̀wò	interview
láti bẹ (èniyàn) wò	to interview (someone)

10.3 EXPRESSIONS

Yoruba	English
Bólá, O kú ọjọ́ mẹ́ta.	Bola, it's been a while.
Bólá, mo gbọ́ pé o nwáṣẹ́.	Bola, I learned that you were job hunting.
Bólá, ṣé o ti ríṣẹ́?	Bola, Have you found a job?
Ibo l'o ti wáṣẹ́ dé?	Where have you gone in your search for a job?
Mo wáṣẹ́ lọ sí ilé iṣẹ́ àwọn apọntí.	I looked for a job in the breweries.
Mo wáṣẹ́ títí. N (k)ò ríṣẹ́.	I looked for job for a long time. I could not find one.
Mo fẹ́ ṣe iṣẹ́ olùkọ́ni.	I want to be a teacher.
Àwọn sọ́bujẹ́ẹ̀tì wo l'o ṣe ní skúùlù?	What subjects did you take in school?
Awọn àṣàyàn-ẹ̀kọ́ wo l'o kọ́ ní ilé-ìwé rẹ?	What subjects did you take at your school?
Irú iṣẹ́ wo l'o kọ́ ní ilé-ẹ̀kọ́ rẹ?	What kind of trade did you learn in your school?
Àwọn àṣàyàn-ẹ̀kọ́ tí mo kọ́ ní ilé-ẹ̀kọ́ ni: ẹ̀kọ́ ilẹ̀-wíwọ̀n, (jọ́gíráfì); ẹ̀kọ́ ìtàn-àkọọ́lẹ̀, (ístìrì) àti ẹ̀kọ́ ẹ̀dá-oníyè, (bàọ́lọ́jì).	The subjects I took in my school were geography, history, and biology.
Njẹ́ o ṣe ẹ̀kọ́-ẹ̀dá, (fisíìkìsì) ní ilé-ìwé rẹ?	Did you take physics at your school?
Bẹ́ẹ̀ni, mo ṣe fisíìkìsì pẹ̀lú.	Yes, I also took physics.
Pròfẹ́sọ̀ wo l'ó kọ́ yin ni ẹ̀kọ́-ẹ̀là, (kẹ́místìrì)?	Which professor taught you chemistry?
Olùkọ́-àgbà Kọ́lé ni.	It was Professor Kole.
Tíṣà wo l'o kọ́ yin ní iṣìrò?	Which teacher taught you mathematics?

LESSON **TEN**

10.4 QUESTION TYPES

When a question is asked, the purpose of the questioner is one of many. He may be trying to solicit a response to a condition or confirm his own doubt. On the other hand, he may be testing the person to whom the question is directed. The Yoruba language has different ways of dealing with each of these cases.

10.4.1 Yes and No Questions

Questions that demand a definite answer (yes or no) are formed by beginning the statement with either **Ṣé** or **Njẹ́**. For the statement **Ó ti lọ** / *He has left*, the following dialogue may arise:

Question: Ṣé (or Njẹ́) ó ti lọ?	Has he/she left?
Possible Answers:	
(a) Bẹ́ ẹ̀ni (or ẹn), ó ti lọ.	True, he/she has left?
(b) Ẹ́n-ẹ́n (or Rárá), kòì tíì lọ.	No, he/she has not left?
Question: Ṣé kòì tíì lọ?	Has he/she not left?
Possible Answers:	
(a) Rárá, ó ti lọ.	Not true, he/she has left.
(b) Bẹ́ ẹ̀ni (or ẹn), kò ìtíì lọ.	True, he/she has not left.

A positive response to any of these questions, **Bẹ́ ẹ̀ni** or **ẹn** indicates an agreement with the statement made. They do not directly correspond to the English word *yes*, which in this case would mean *he has left*, regardless of how the question was asked.

Similarly, **Ẹ́n-ẹ́n** or **Rárá** indicates a disagreement with the statement as made. In which case, the positive answer to (b), **Bẹ́ ẹ̀ni, kóì tíì lọ**, translates as *The statement is correct, he has not left*. Whereas the negative answer, **Rárá, ó ti lọ**, translates as *The statement is not correct, he has gone*.

10.4.2 'Alternative Answer' Questions

Where a questioner asks for a choice between two alternative statements, the two are joined by **àbí** (or **tàbí**) and may be preceded with **Ṣé** or **Njẹ́**

For the statement above, the following questions may arise:

Question: Ṣé (or Njẹ́) ó ti lọ (t)abi kòì tíì lọ ?	Has he left or has he not left?
Possible Answers:	
(a) Ó ti lọ .	He has left.
(b) Kòì tíì lọ .	He has not left.

In this case, the response is often given by repeating the part of the statement that is pertinent.

10.4.3 Who, What, Where, How, Why and When

10.4.3.1 Who

When a questioner asks *who* did something or *to/for whom* something is done, the word **tani** or **tal'ó** replaces the subject/object in the statement to form the interrogative.

With the statement *Ojo went to Ibadan* / **Òjó lọ sí Ìbàdàn.** the interrogative is formed by replacing **Òjó** with **tani** or **Tal'ó**:

Question: **Tani** (or **Tal'ó**) lọ sí Ìbàdàn?	Who went to Ibadan?
Possible Answers:	
(a) Òjó l'ó lọ sí Ìbàdàn.	It was Ojo who went to Ibadan.
(b) Emi (k)ò mọ ẹni t'ó lọ sí Ìbàdàn.	I do not know (the person) who went to Ibadan.

In the statements above, **Tani (Tal'ó)** replaces **Òjó** (subject) to form the interrogative.

Statement: *You saw Ojo in Ibadan* translates as **O rí Òjó ní Ìbàdàn**.

Question: **O rí tani ní Ìbàdàn?**	*You saw who in Ibadan?*
Possible Answers:	
(a) **Mo rí Òjó ní Ìbàdàn.**	*I saw Ojo in Ibadan.*
(b) **Emi (k)ò rí ẹnikẹ́ni ní Ìbàdàn.**	*I did not see anybody in Ibadan.*

The same question can be framed as:

Tal'o rí ní Ìbàdàn?	*You saw who in Ibadan?*

And the answer would be:

Òjó ni mo rí ní Ìbàdàn.	*It was Ojo who I saw in Ibadan.*

In the questions above, **tani (tal'ó)** replaces **Òjó** (object) to form the interrogative.

10.4.3.2. What

When a questioner asks *what* did something or *to/for what* something is done, the word **kíni** or **kíl'o** is used in much the same way as above:

Statement: *A dog is barking in the forest* translates as **Ajá ngbó n'ígbó**.

Question: **Kíni (kíl'ó) ngbó n'ígbó?**	*What is barking in the forest?*
Possible Answers:	
(a) **Ajá l'ó ngbó n'ígbó.**	*It was a dog that was barking in the forest.*
(b) **Awa kò mo ohun t'ó ngbó n'ígbó.**	*We do not know what (or the thing that) was barking in the forest.*

Statement: **Àbẹbí nbọ́ ọbọ ọba.** / *Abebi is feeding the king's monkey.*

Question: Àbẹ̀bí nbọ́ kíni?	Abebi is feeding what?
Possible Answers:	
(a) Àbẹ̀bí nbọ́ ọ̀bọ ọba.	Abebi is feeding the king's monkey?
(b) Awa kò mọ ohun tí Àbẹ̀bí nbọ́.	We do not know what (or the thing that) Abebi is feeding.

The same question can be framed as:

Kíni Àbẹ̀bí nbọ́?	What is Abebi feeding?

Here, only **Kíni** can replace the object **ọ̀bọ ọba**

10.4.3.3 Where

When the question pertains to *where* (pronoun, adverb or preposition) or *to/from where*, **ibo**, **níbo**, **síbo** or **látibo** is substituted for the subject or object in the statement to form the interrogative as above.

(1) Statement: *Akure is the capital of Ondo State* / **Àkúrẹ́ ni olú-ìlú ìpínlẹ̀ Ondó**.

Question: **Ibo ni olú-ìlú ìpínlẹ̀ Ondó?**	What is the capital of Ondo state? - pronoun
Possible Answers:	
(a) Àkúrẹ́ ni olú-ìlú ìpínlẹ̀ Ondó.	Akure is the capital of Ondo state.
(b) Emi (k)ò mọ olú-ìlú ìpínlẹ̀ Ondó.	I do not know the capital of Ondo state.

(2) Statement: *I am going to Akure.* / **Mò nlọ sí Àkúrẹ́**.

Question: **Ibo ni o nlọ?**	Where are you going? - Adverb
Possible Answers:	
(a) Mo nlọ sí Àkúrẹ́.	I am going to Akure.
(b) Emi (k)ò lọ sí ibi kànkan.	I am not going anywhere.

LESSON **TEN**

(3) Statement: *I put it on top of the table.* / **Mo gbé e sí orií tábilì.**

Question: **O gbé e síbo?**	*You put it where?*
Possible Answer:	
Mo gbé e s'orí tábìlì.	*I put it on top of the table.*

The same question can be framed as:

Ibo l'o gbé e sí?	*Where did you put it?*

(d) Statement: *I was in my room.* / **Mo wà ní yàrá mi.**

Question: **O wà níbo?** or **Níbo l'o wà?**	*You were where?* or *Where were you?*
Possible Answer:	
Mò wà ní yàrá mi.	*I was in my room.* - prep.

(e) Statement: I was coming from Lagos / **Mo nbọ̀ láti Èkó.**

Question: **O nbọ̀ látibo?** or **Látibo l'o ti nbọ̀?**	*You were coming from where* or *Where were you coming from?* - adv.
Possible Answer:	
Mo nbọ̀ láti Èkó.	*I was coming from Lagos.*

10.4.3.4 How

When the question pertains to how something is done, the situation of something, or the circumstances surrounding an individual, **Báwo ni** is used. The question is then followed by an explanation or procedure.

Some questions asked as a matter of courtesy include:

(a)Question:	**Báwo ni?**	*How are you?*
Answers:	**Ó dára.**	*It is beautiful.*
	Dáadáa ni	*It's alright*
	Ó fáíní.	*It is fine.*

(b)Question: **Bawo ni ojú ọjọ́?**	How is the weather?
Answer: **Ojú ọjọ́ dára.**	The weather is beautiful.

Some questions may ask about a certain procedure:

Question: **Báwo ni a ṣe nse ọbẹ̀ ègúṣí?**	How do we cook egusi soup?

A statement would then follow, describing the procedure.

10.4.3.5 Why

Where a questioner asks *why* an event took place, the various words **Kílódé tí, Kíníṣe tí, Kílóṣe tí, Kínídé tí, Eéṣe tí** are used almost interchangeably:

Question:	**Kílódé tí aruwó fi pọ̀ ní ọjà?**	Why is there a lot of noise in the market?

A statement would then follow explaining the reason for the noise.

10.4.3.6 Explanation

When a explanation is required from a person, like in an examination or a court of law, the words **Ṣe àlàyé** (explain) precedes the intended unknown condition.

Question:	**Ṣe àlàyé nkan t'ó ṣẹlẹ̀.**	Explain what happened.

A statement then follows, explaining what happened.

LESSON **TEN**

10.5 YORUBA IDIOMS

An idiom is an accepted phrase or expression having a meaning that is different from the literal. The Yoruba people use idioms, even more than proverbs, to emphasize or clarify a point during a conversation. The language is therefore rich in idioms and lends itself easily, in the hands of a person versed in the language, to limitless idiomatic improvisations.

Below is a list of some Yoruba idioms with their English translations and equivalents.

1	Idiom	láti jálé agbọ́n
	Translation	to tamper with a hornet's nest
	Equivalent	to bring trouble upon one's own head

2	Idiom	láti bá ẹkùn ní ibùba
	Translation	to encounter a leopard in its lair
	Equivalent	to stumble unexpectedly on danger

3	Idiom	láti ba ojú jẹ́
	Translation	to despoil one's facial appearance
	Equivalent	to become sad

4	Idiom	láti bẹ ejò lórí
	Translation	to cut off the head of a snake
	Equivalent	to solve an intractable problem instantly

5	Idiom	láti tapo sí àlà
	Translation	to stain a completely white cloth
	Equivalent	to spoil the beauty or elegance in a thing or person

6	Idiom	láti ti ọwọ́ bọ ẹnu
	Translation	to put one's hand into the mouth
	Equivalent	to eat

7	Idiom	láti gbẹsẹ̀ lé nkan
	Translation	to put one's foot down about something
	Equivalent	to put a stop to something
8	Idiom	láti fọ́ ilé adùn
	Translation	to destroy the house of sweetness
	Equivalent	to maliciously destroy the source of another's income or livelihood
9	Idiom	láti fẹ́ ojú fún èniyàn
	Translation	to blow another's eye
	Equivalent	to render help to another in time of need
10	Idiom	láti jẹka
	Translation	to eat one's fingers
	Equivalent	to regret
11	Idiom	láti ṣi ilé wọ̀
	Translation	to enter the wrong house
	Equivalent	for a woman to enter an unhappy marriage
12	Idiom	láti finú han èniyàn
	Translation	to expose one's insides to another
	Equivalent	to tell a person the truth in one's mind
13	Idiom	láti kẹ́ran
	Translation	to steal meat
	Equivalent	to be in trouble
14	Idiom	láti kó ọ̀rọ̀ jẹ
	Translation	to eat one's words
	Equivalent	to retract a previously made statement

15	Idiom	láti najú
	Translation	to stretch one's eyes
	Equivalent	to relax by strolling or sitting in an open place
16	Idiom	láti pakúta sí ọ̀rọ̀
	Translation	to throw pebbles into a conversation
	Equivalent	to introduce irrelevances into a conversation

10.6 EXERCISE

Provide English equivalents to the following Yoruba idioms and explain the circumstances in which they may be used:

1	Idiom	láti wà ní ààrọ̀ ọjọ́
	Translation	to be in the morning
	Equivalent	
	Circumstance	

2	Idiom	láti ṣe àyà gbààgbà
	Translation	to expand one's chest
	Equivalent	
	Circumstance	

3	Idiom	láti fún ìka mọ́ nkan
	Translation	to hold tightly onto something
	Equivalent	
	Circumstance	

4	Idiom	láti kọ ẹ̀hìn sí ènìyàn
	Translation	to turn one's back to a person
	Equivalent	
	Circumstance	

5	Idiom	láti jẹ́ ẹlẹ́nu méjì
	Translation	to have two mouths
	Equivalent	
	Circumstance	

LESSON **TEN**

6	Idiom	látí gbé ìdí fún ènìyàn
	Translation	to lift the buttocks (from a chair) for someone
	Equivalent	
	Circumstance	
7	Idiom	látí ta ìpá sí (nkan)
	Translation	to kick against (an issue)
	Equivalent	
	Circumstance	
8	Idiom	látí nasẹ̀
	Translation	to stretch the legs
	Equivalent	
	Circumstance	
9	Idiom	látí fi ogun dí ogun
	Translation	to fight a war in retaliation for a war
	Equivalent	
	Circumstance	
10	Idiom	látí fi ojú sí (nkan)
	Translation	to put one's eyes into (something)
	Equivalent	
	Circumstance	

LESSON ELEVEN

11.1 DIALOGUE

Yẹmi àti Bọ́lá bẹ̀rẹ̀ iṣẹ́

Bọ́lá: Yẹmí, Kọngratuléṣọ̀n, mo gbọ́ pé o ti ríṣẹ́.
Yẹmí: O ṣé, Bọ́lá. Mo gbọ́ pé iwọ náa ti ríṣẹ́.
Bọ́lá: Bẹ́ẹ̀ni. Mo ṣẹ̀(ṣẹ̀) rí i ní ọ̀sẹ̀ kẹta ni. Ibo l'o ríṣẹ́ sí?
Yẹmí: Kọ́npìnì àwọn olóògùn ni. Iwọ nkọ́?
Bọ́lá: Ọ̀dọ̀ ìjọba ni mo ríṣẹ́ si. Mo nbá àwọn t'ó ngba owó-orí ṣiṣẹ́.
Yẹmí: Eh-eh, ẹ̀yin ni agbowó-òde!
Bọ́lá: Rárá o. Ọ́fíìsì l'èmí wà. Mo nbá wọn ṣe ètò kọ̀mpútà wọn. Kíl'o nṣe n'íbi iṣẹ́ (r)ẹ?
Yẹmí: A nṣe àyẹ̀wò àwọn oògùn bóyá wọ́n nṣiṣẹ́ gẹ́gẹ́bí ó ti yẹ.
Bọ́lá: Báwo l'ẹ ṣe nṣe é?
Yẹmí: A nkó ẹ̀rí jọ lat'ọ̀dọ̀ àwọn tí wọ́n ti lo oògùn náà. A nbèèrè bóyá ó jẹ́ fún wọn.
Bọ́lá: O kúkú fẹ́ràn irú iṣẹ́ bẹ́ẹ̀. O gbádùn láti máa sọ̀rọ̀ lórí fóònù.
Yẹmí: Ṣe o ngbádùn iṣẹ́ (r)ẹ?
Bọ́lá: Mo ṣì wà ní tíréní. Ṣùgbọ́n àwọn tí mo nbá ṣiṣẹ́ fẹ́ràn mi.
Yẹmí: Tíréní náà ni mo wà. Ọ̀gá mi náà ngbìyànjú láti rí i wípé ó ṣe àlàyé fún mi dáradára.
Bọ́lá: Ìgbàwo ni o máa parií tíréní (r)ẹ?
Yẹmí: Ó ma ngba bí oṣù mẹ́fa.
Bọ́lá: Ṣé wọ́n nsan sálárì tó jọjú?
Yẹmí: Ó dára. Ṣùgbọ́n ó di'gbà tí mo bá parí tíréní ki wọ́n tó fún mi ni sálárì tó jọjú.
Bọ́lá: Bẹ́ẹ̀ náa l'àwa. Ó dàbọ̀.
Yẹmí: Bá mi kí àbúrò (r)ẹ. Ó dàbọ̀ o.

Yemi and Bola find jobs

Bola: Ronke, congratulations. I heard that you got a job.

Yemi: Thank you, Bola. I heard that you too got a job.

Bola: Yes. I just got it two weeks ago. Where are you employed?

Yemi: It is with a drug company. What about you?

Bola: I work with the government. I work with those who collect taxes.

Yemi: Eh-eh, you are a tax collector!

Bola: No. I work in the office. I work with the computer. What do you do at your workplace?

Yemi: We test drugs for their efficacy. Whether they work as they are supposed to work.

Bola: How do you do that?

Yemi: We collect data from those who have already used the drug. We ask them if the drug worked for them.

Bola: Of course, you like that kind of job. You like talking on the phone.

Yemi: Do you like your job?

Bola: I am still in training. But I get along with my co-workers.

Yemi: I, too, am in training. My boss also makes an effort to explain the job to me well.

Bola: When will you finish your traning?

Yemi: It takes about six months.

Bola: Do they pay a reasonably good salary?

Yemi: It's OK. But it is when I finish the training that I will be given a good salary.

Bola: It is the same with us. Good-bye.

Yemi: Say Hello to your sister. Good-bye.

11.2 VOCABULARY

Yoruba	English
kọ́mpìnì	company
iléeṣé̩	business place, company
fáktìrì	factory
ilé-iṣọ̀pọ̀	factory
ọ́fììsì	office
owó-orí	tax
owó-òde	tax
owó-òwò	capital for business
owó-iṣé̩	wage
sálári	salary
owó-oṣù	salary
owó-è̩hìn	bribe
rìbá	bribe
owó-ilé	house rent
owó-wíwọlé	income
owó-jíjáde	expenditure
ọ̀yà	fees paid for a service
iṣákọ́lè̩	fees paid for rent of land
tírénì	training for a craft, apprenticeship
ikọ́ṣé̩	training for a craft, apprenticeship
fìrìi	to be free after a period of apprenticeship
firídoọ̀mù	freedom after a period of apprenticeship
òmìnira	freedom, independence
láti gba òmìnira	to become free; to attain independence

11.3 EXPRESSIONS

Yoruba	English
Kọngratuléṣọn!	Congratulations!
O kú oríire.	Greetings for your good luck.
Ọpẹ́ ni f' Ọlọ́run.	Thanks be to God.
Ṣé iwọ naa ti riṣẹ́?	Have you too found a job?
Ibo l'o ríṣẹ́ si?	Where did you find a job?
Kọ́mpìnì wo l' o ríṣẹ́ si?	Which company did you find employment with?
Skúùlù (or ilé-ìwe or ilé-ẹ̀kọ́) wo l'o ti ntíiṣì?	In which school do you teach?
Ilé-ẹ̀kọ́ aláköbẹ̀rẹ̀ ni mo ti nkọ́ni.	I teach in a primary school.
Ilé-ẹ̀kọ girama ni mo ríṣẹ́ si.	I found work in a grammar school.
Mo ṣì wà ní tíréni.	I am still in training.
Mo ti parí iṣẹ́-kíkọ́.	I have finished training.
Ṣé wọ́n nsan sálári (or owó-oṣù) tó jọjú?	Are you being paid a good salary?
Ṣé wọ́n nsan owó-iṣẹ́ tó jọjú?	Are you being paid a good wage?
Eló l'owó-oṣù (r)ẹ?	How much is your salary?
Àpò Náírà mẹ́fà ni l'óṣù.	It is six hundred naira per month.
Ìdì-mẹ́fà ọkẹ́ Náírà ni l'ọ́dún.	It is sixty thousand naira per year.
Náírà méje ni ní wákàtí kọ̀ọ̀kan.	It is seven naira per hour.
Náírà méje ni ní wákàtí-wákàtí.	It is seven naira hourly.

11.4 COMPLEX VERBS

In Chapter 2, we learned that Yoruba verb morphemes generally begin with a consonant and contain one syllable. More complex verbs are made by linking two or more words to form a new verb.

11.4.1 Forming Complex Verbs

11.4.1.1 Verb + Direct Object
The most common way of forming verbs is by combining a transitive verb with its direct object. For example:

(a)	mú(take) and ara(body) are combined to form the new verb múra (to be prepared).
(b)	sọ (to throw) and ọ̀rọ̀ (sentences) are combined to form the new verb sọ̀rọ̀ (to speak).

Verb	Meaning	Object	Meaning	New verb	Meaning
jẹ	eat	ìyà	suffering	jìyà	suffer
ṣe	do	àìsàn	illness	ṣàìsàn	to be sick
bí	bear	ọmọ	child	bímọ	to give birth
pa	kill	ẹja	fish	pẹja	to fish
sun	flow	ẹkún	tears	sukún	to weep
rán	send	etí	ears	ránti	to remember
ní	have	owó	money	lowó	to be rich

11.4.1.2 Special category 1: ní (1) + direct object
the verb ní (to have) is combined with a variety of direct objects:

ní + direct object	New Verb	Meaning
ní + owó(money)	lówó	to be rich
ní + ọlá(wealth)	lọ́la	to be wealthy
ní + ìrètí (hope)	nírètí	to be hopeful

11.4.1.3 Special Category 2: **pa** (enabling verb) + direct object:

When used as a verb by itself, **pa** means to kill:**mo pa ejò** / I killed a snake. However, as part of a verb, it becomes an enabling verb, allowing many nouns to be converted to verbs.
Below is a list of such verbs:

pa + direct object	New verb	Meaning
pa+ **ara** (body)	para	to fight
pa+ **ìtàn** (story)	pìtàn	to tell a story
pa+ **ìró** (lie)	puró, paró	to lie
pa+ **òwe** (proverb)	pòwe	to tell a proverb
pa+ **ariwo** (noise)	pariwo	to make a noise
pa+ **àló** (riddle)	pàló	to tell riddles
pa+ **ààrò** (exchange)	pààrò	to make an exchange
pa+ **oko** (forest)	pako	to clear a forest
pa+ **àṣẹ** (command)	pàṣẹ	to rule, to command
pa+ **àtẹ** (wares)	pàtẹ	to exhibit wares for sale

11.4.1.4 Whole predicate as verb:
In many instances, the whole predicate in a sentence is combined to form a verb. For example: **ronún pa ìwà dà**, *to cconsider and change behavior* is combined to form the verb **ronúpìwàdà**, *to repent*, **dàgbà sí òkè**, *to grow in the upward direction*, is combined to form the verb **dàgbàsókè**, *to improve*.

Predicate	New Verb
ní orí rere (to have a good head)	**lóríire** (to be lucky)
dá ọwó dúró (to stop the hands from moving)	**dawó dúró** (to stop an activity briefly)
fi ara ba ilẹ (to rest the body on the ground)	**farabalẹ** (to calm down)

LESSON **ELEVEN**

11.4.1.5 Combination of two or more verbs

In some instances, two verbs combine to form a new verb. For example, the verbs **fò**, *to jump*, and **lọ**, *to go*, combine to form the new verb **fòlọ**, *to fly away*. **Jí**, *to wake*, and **dìde**, *to stand up* combine to form the new verb **jínde**, *to resurrect*.

Verb	Meaning	Verb	Meaning	New Verb	Meaning
sá	run	lọ	go	sálọ	to escape
padà	turn	bọ̀	come	padàbọ̀	to return
já	detach	bọ́	escape	jábọ́	to fall down
gbà	accept	gbọ́	hear	gbàgbọ́	to believe

11.4.2 Split or Irregular Verbs

Split verbs are those which contain a direct object in the middle when in use in a sentence.

Examples:

Split Verb	Use	English
mú...wá	Ó mú Òjó wá	He brought Ojo
mú...lọ	Ó mú mi lọ	He took me away
mú...padà	Ó mú mi padà	He brought me back
mú...dání	Ó mú mi dání	He held on to me

Other examples:

rán...létí	to remind someone
rán ... níṣ ẹ́	to send someone on an errand
gbé... kàyà	to monopolize something (an issue)
gbé ... kalẹ̀	to lay the foundation of something
gbé ...gbóná	to heat something up
dá .... lọ́nà	to waylay (someone)
dá ... lágara	to exhaust (someone's) patience
dá ....lójú	to be certain about something

11.4.3 The Enabling Verb *pa* as Part of a Split Verb

Pa can also function as the first part of a split verb, where its function is to enable the other part of the verb to take on a different meaning.

pa + verb	Meaning
(a) pa (nkan) tì	to set (something) aside
(b) pa (nkan) rẹ́	to erase something
(c) pa (ènìyàn) lẹ́rìn	to make a person laugh
(d) pa (nkan) mọra	to claim something falsely
(e) pa (ènìyàn) lara	to cause someone to face danger

11.4.4. Verbs from Imported Nouns

11.4.4.1 In chapter 2, we came across nouns which have their roots in the Arabic or English language. Many of these can be converted into verbs.

Verbs derived from Arabic include:

Imported Noun	Translation	Verb	Translation
àdúrà	prayer	gbàdúrà	to pray
ànfàní	benefit	ṣànfàní	to become beneficial
àṣírí	secret	bàṣírí	to protect

11.4.4.2 English verbs or even non-verbs are sometimes adapted to the Yoruba language and used with the same meaning as in its original form:

English verb	Yoruba adaptaton	English verb	Yoruba adaptation
teach	tíìṣi	train	tréènì
major	méjọ̀	need	níìdì
save (money)	séèfù	post (letter)	póòsi
telephone	fóònù		

LESSON **ELEVEN**

11.4.4.3 The verb "to be"

The verb "to be" mainly takes two forms in the Yoruba language:

	Example	English Equivlent
ni	èmi ni	I am (identified as or I exist as)
jẹ́	èmi jẹ́ / mo jẹ́	I am (called or answer to)

11.5 YORUBA RIDDLES

An **àló** (riddle) is used as a form of light family entertainment at evening time, especially when there is a full moon. Like proverbs and idioms, riddles and their solutions derive from cultural, natural, and environmental scenes.

Below is a list of some Yoruba riddles, their English translations, and solutions.

1	Riddle	Kíl'ó bá ọba jẹun tí kò k'éwé?
	Translation	What eats with the king but does not clear the dishes?
	Solution	*A fly.*
2	Riddle	Kíl'ó nkọja l'ójúde ọba tí kò k'ọba?
	Translation	What goes in front of the king's palace without greeting the king?
	Solution	*A torrent that flows after a heavy rain.*
3	Riddle	Kíl'ó kán ọba ní ikó?
	Translation	What gives a king a rap on the head?
	Solution	*A shaving razor.*
4	Riddle	Kíl'ó bọ́ s'ómi tí a kò rí kó?
	Translation	What falls into water and cannot be retrieved?
	Solution	*Salt.*
5	Riddle	Aṣọ baba mi kan láíláí, etí l'ó ti ngbó, kìí gbó l'áàrín. Kíni?
	Translation	My father's old cloth is always worn at the edges and not in the middle. What is it?
	Solution	*A river, since it dries up first at the sides.*

6	Riddle	Igbá nlá rẹ̀kẹ̀tẹ̀, ó tóbi àmọ́ kò ní ibòji.
	Translation	What is a calabash that is very vast but does not cast a shadow?
	Solution	*The sky.*
7	Riddle	Ọ̀pá tẹ́ ẹ́rẹ́ kan ilẹ̀, ó kàn ọ̀run.
	Translation	A long stick reaches the earth from the sky.
	Solution	*Rain.*
8	Riddle	Igi baba mi kan láíláí, Igi baba mi kan láìláì, ààrọ̀ ní í rúwé, alẹ́ ní í wọ́wé
	Translation	My father's old tree, my father's very old tree, it sprouts leaves every morning, it sheds leaves every evening.
	Solution	*The market.*
9	Riddle	Igi baba mi kan láíláí, Igi baba mi kan láìláì, orí ni wọ́n ti í gùn ún, wọn kì í ti idí gùn ún.
	Translation	My father's old tree, my father's very old tree, it is climbed from the top down and not from the bottom up.
	Solution	*A pit.*

11.6 EXERCISE

Use the vocabulary underneath to translate the sentences below to English

Yoruba	English	Yoruba	English
àníjù	excessive (wealth)	ìgbéraga	pride
aláìní	poor person	ìrètí	hope
láti jẹ́kí	to let	níní	owning (wealth)
láti ní	to have or to say		

Yoruba	English
Kíni mo ní tí wọ́n ní mo ní àníjù?	
Nínún níní ni a nní kí ẹni tí kò ní ní.	
Mo ní, "mo ní Jésù. Kò ní jẹ́kí n di aláìní."	
Aláìní l'ó ní ẹni t'ó ní kò ní jẹ́kí oun ní.	
Jésù ní "ní ọwọ́ ẹni tí (k)ò ní l'a ti máa gbà fún ẹni t'ó ní."	
Ẹni tí ò ní, Ọlọ́run jẹ́kí ó ní. Ẹni t'ó ní, k'ó máa ní sí i.	
Ní ìgbà tí mo bá ní, ma a fi níní mi yin Ọlọ́run.	
Ẹni t'o ní, k'ó má fi ṣe ìgbéraga.	
Ẹni tí kò ní, k'ó má ṣe sọ ìrètí nù.	
Ìgbàtí ó rúbọ tán, ni ó wá bẹ̀rẹ̀ síí ní.	
Ó ní tí òun bá ní, òun á fi níní òun yin Ọlọ́run.	
Bí mo bá ní, Ọlọ́run l'ó ní kí n ní.	

LESSON **ELEVEN**

LESSON TWELVE

12.1 DIALOGUE

Wálé àti Dúpẹ́ nsọ̀rọ̀ nípa ẹ̀sìn

Dúpẹ́: Wálé, kíl'o nṣe ní Sọ́ndè?
Wálé: Mà á bá àwọn òbí mi lọ ṣọ́ọ̀ṣì l'áãrọ̀. Ṣùgbọ́n t'ó bá di ọ̀sán, èmi ò ní pláànù kànkan. Ìwọ nkọ́?
Dúpẹ́: Emi náa ò ní pláànù kànkan. Ṣé a lè lọ sí mùsíọ́mù?
Wálé: Wá, ìwọ ò kìi lọ ṣọ́ọ̀ṣì ni? Tàbí kèfèrí ni ẹ́?
Dúpẹ́: Rárá o. Emi ò kìí ṣe kèfèrí. Mùsùlùmí l'èmi. Tàbí o ní nkankan pẹ̀lú àwọn Mùsùlùmí?
Wálé: Rárá o. Ọ̀pọ̀lọ́pọ̀ nínu àwọn ẹbi mi l'ó nṣe Mùsùlùmí. A rí nínún wọn papàá t'ó nṣe Abọ̀rìṣà.
Dúpẹ́: Bẹ́ẹ̀ náà ni àwọn ẹbi tèmi. Ṣùgbọ́n àwa kìí jẹ́kí ọ̀rọ̀ ẹ̀sìn tú wa ká. Ìkankan náà ni gbogbo wa.
Wálé: Fún àpẹrẹ, bàba bàbá mi, abọ̀rìṣà ni. Ṣùgbọ́n ó fẹ́ran gbogbo wa gidigidi gan. Ènìyàn Ọlọ́run sì ni.
Dúpẹ́: Ní ilé tiwa, ẹ̀gbọn Dádì mi, onígbàgbọ́ ni. Òun náa fẹ́ràn wa púpọ̀.
Wálé: Ibo ni ẹ ti má njọ́sìn ní Jímọ̀?
Dúpẹ́: A má nlọ Mọ́ṣálásí ní Mọ́kọ́lá. Ibo ni Ṣọ́ọ̀ṣì tiyín wà?
Wálé: Ó wà ní Dùgbẹ̀. Èmi nrò ó pé t'ó bá di ọjọ́ iwájú, ẹ̀sìn wo ni a nfẹ́ kí àwọn ọmọ wá ṣe?
Dúpẹ́: Iwọ pẹ̀lu tani?
Wálé: O dé niyẹn. Mo sìríọ́sì o.
Dúpẹ́: Ókée. Ṣùgbọ́n jẹ́k' á lọ sí mùsíomù l'óní ná. Tó bá di ọjọ́ iwájú, à á máa sọ́.
Wálé: Ìgbàwo ni o nfẹ́ kí nwá gbé ẹ?
Dúpẹ́: Jẹ́kí ó tó aago mẹ́rin.
Wálé: Ókèé, màá rí ẹ nígbà yẹn.

BEGINNER'S YORUBA

Wale and Dupe talk about religion

Dupe: Wale, what will you be doing on Sunday?

Wale: I plan to go to church with my parents in the morning. But in the afternoon, I have made no plans. What about you?

Dupe: I too have no plans. Can we go to the museum?

Wale: Is that what you intend? Don't you go to church? Or are you a pagan?

Dupe: No. I am not a pagan. I am a Muslim. Or do you have something against Muslims?

Wale: No. Many of my family members are Muslims. There are even some of them that are traditional believers

Dupe: It is the same with my family. But we do not let religion separate us. All of us are the same.

Wale: My grandfather, for example, was a traditional believer. But he loved all of us very much. He was a man of God.

Dupe: In our household, my uncle is a Christian. He also loves us very much.

Wale: Where do you worship on Fridays?

Dupe: We go to a mosque in Mokola. Where is your church?

Wale: It is in Dugbe. I am already thinking about the future. What religion would you want our children to practice?

Dupe: You and who?

Wale: Let's stop kidding. I am very serious.

Dupe: O.K. But let us go to the museum today. We will talk about that in the future.

Wale: When do you want me to pick you up?

Dupe: Let it be around four o'clock.

Wale: O.K. I will see you then.

12.2 VOCABULARY

Yoruba	English
búburú	evil, bad
burúkú	evil, bad
dáradára	beautiful
dúdú	dark, black
funfun	white
gbogbo	all
gọbọyi	enormous
kékeré	small
nlá	important, big
pọ́ọ́kú	cheap
pupa	red
púpọ̀	much, many
titun	new
tuntun	new
tútù	cold
bíṣọ́ọ̀bù	bishop
àlùfáà	priest
ṣọ́ọ̀ṣì	church
kátídráàlì	cathedral
póòpù	pope
Jésù	Jesus
Màríà	Mary
Mọ̀ọ́mọ́dù	Mohammed
Mọ́nmọ̀n	Mohammed
kéú, kéwú	Arabic script
sààrì	pre-dawn meal eaten during Ramadan

12.3 EXPRESSIONS

Yoruba	English
Wálé, kíl'ò nṣe ní Sọ́ndè?	Wale, what will you be doing on Sunday?
Ibo l'ò nlọ ní Mọ́ndè?	Where are you going on Monday?
Kíl'ò nṣe l'ọ́túnla?	What will you be doing the day after tomorrow?
Kíl'ò npèrò láti ṣe ní ọjọ́ mẹ́rin l'óní?	What is your plan for three days from today?
Mà á lọ (sí) ṣọ́ọ̀ṣì l'áàrọ̀.	I will go to church in the morning.
Mà á lọ skúùlù l'ọ́sán.	I will go to school in the afternoon.
Mà á lọ ibi-iṣẹ́ n'írọ̀lẹ́.	I will go to work in the evening.
Ṣé kèfèrí ni ẹ́?	Are you a non-believer?
Mùsùlùmí l'èmi.	I am a Muslim.
Abọ̀rìṣà ni àwọn aráalé mi.	My family members are traditional believers.
Onífá ni bàbá mi.	My father is an Ifa adherent.
Bàbà iyá mi, onimọlẹ̀ ni.	My grandmother (on my father's side) is a worshipper of imole.
Egbọ́n Mọ́mì mi, oníṣàngó ni.	My uncle (senior sibling to my mother) worships Sango.
Ibo ni ẹ ti má njọ́sìn ní Jímọ̀?	Where do you worship on Fridays?
Ibo ni ẹ ti nkírun ní Jímọ̀?	Where do you say your prayers on Fridays?
Igba wo ni ọdún Iléyá?	When is the Greater Bairam Festival?

LESSON **TWELVE**

12.4 ADJECTIVES

The main sources of derivation of adjectives in the Yoruba language are nouns and verbs. Phonaesthetic adjectives are derived from conveying audible ideas of objects that can be perceived only by sight, smell, or feeling.

12.4.1 Possessive Nouns as Adjectives

All possessive nouns can be used as adjectives. For example, in the following sentences:

(a)	Ọkùnrin **olówó** kan wà ní Ọ̀yọ́	*There once was a rich man in Oyo.*
	Olówó (rich) is the adjective in the sentence; **ọkùnrin** (man) is the noun it qualifies.	
(b)	**Aláìníṣẹ́** èniyàn ní baba rẹ̀.	*His father is an unemployed person.*
	Aláìníṣẹ́ (jobless) is the adjective qualifying **èniyàn**.	

12.4.2 Adjectives from Verbs

Adjectives can be derived from all verb roots. The general rule is to take the first letter of the verb (always a consonant), add an **i** to it, and use this as a prefix to the verb to form the adjective. For example: For the verb **ga**, *to be tall*, add **i** to the consonant **g** to form **gi**. Add this as a prefix to **ga**, and form the adjective, **gíga** (tall):

	Verb	Translation	Adjective	Translation
(a)	lati ga	to be tall	gíga	tall
(b)	lati mọ́	to be clean	mímọ́	holy, clean
(c)	lati mú	to be sharp	mímú	sharp
(d)	lati wọ́	to be crooked	wíwọ́	crooked (line)
(e)	lati rọ	to wither	rírọ	withered
(f)	lati dán	to shine	dídán	shiny

12.4.2.1 A minor extension of this rule is to use the first two letters of a polysyllabic verb as a prefix:

	Verb	Translation	Adjective	translation
(a)	kúrú	to be short	kúkúrú	short
(b)	bùrú	to be evil ro bad	búburú	evil, bad
(c)	kéré	to be small	kékeré	small, little
(d)	fún	to be white	funfun	to be white

12.4.3. Phonaesthetic Adjectives

Many Yoruba adjectives convey ideas of objects that can be perceived only by sight, smell, or feeling. Even an inanimate object can be treated as if it was able to produce a sound. For example, **ara rẹ rí gírìgìrì**, *his body has a gritty look*. Here **gírìgìrì** is a sound that would be associated with something being scratched. **Ọ̀nà tààrà l'ó gbà lọ 'lé**, *he took a direct route home*. Here **tààrà** represents the sound of something direct or healthy

	Adjective	Translation	Adjective	Translation
(a)	ṣákiṣàki	rough	rebete	small and symmetrical
(b)	tààrà	direct	ribiti	round
(c)	rabata	enormous	pí-npín	small, diminutive
(d)	rọbọtọ	huge and round	fiofio	lofty, tall
(e)	gbọ ọrọ	long and thin	kọ́lọkọ̀lọ	circuitous

12.4.5 Comparative/Superlative Forms: ju/ju ... (lọ)

The Yoruba language does not have anything corresponding to the comparative or superlative forms of adjectives in the English language. To make a comparison, the word **jù ... (lọ)** is used along with the verb from which the adjective is derived. For example, *he is taller than me* can be translated as **ó ga jù mí** or **ó ga jù mí lọ**.

For the superlative, the object of comparison is simply omitted. *He is the tallest* is translated as **òun l'ó ga jùlọ**. **Jùlọ** can also be used as an adjective to express a superlative. For example, the most powerful would be translated as **alágbára jùlọ**

12.5 YORUBA RELIGIOUS BELIEFS

Like the ancient Greeks, the Yorubas believe that most human affairs are controlled by supernatural powers. Along with Ọlọ́run, the almighty God, it is believed that there are 401 lesser gods - **òrìṣà** - who are responsible for the daily affairs of mankind.

12.5.1 Yoruba Gods

12.5.1.1 Ọlọ́run - The Sky God

Yorubas believe that there is a great god known as **Olódùmarè** (the owner of the universe) or **Ọlọ́run** (the owner of the heavens). This god is equally addressed by the following names: **Elẹ́dà**(creator); **Arínú-róde** (all knowing); **Átẹ́rẹ̀rẹ̀-káyé** (omnipresent); **Òyigíyigì** (great beyond understanding), etc. This god, however, is not easily approachable. It is therefore necessary to have lesser gods (orishas) who intercede with the great one.

12.5.1.2 The Orishas or Lesser Gods

	Oriṣa	Duty
(a)	**Òrìṣà-nlá** or **Ọbàtálá**	Chief god of the Yorubas
(b)	**Odùdúà, Odùduwà**	Progenitor of the Yoruba race
(c)	**Ọ̀rúnmìlà** or **Ifá**	Chief counsellor of the gods
(d)	**Èṣù, Ẹlẹ́gbà**	god of mischief
(e)	**Ogún**	god of iron, war, hunters, and smiths
(f)	**Ṣàngó**	god of thunder
(g)	**Òrìṣà-oko**	god of agriculture
(h)	**Olókun**	god of the sea
(i)	**Sọ̀pọ̀nná**	god of smallpox
(j)	**Ọya**	goddess of the River Niger
(k)	**Ọ̀sányìn**	god of medicine

12.6 EXERCISE

Translate into Yoruba

Yorùbá	English
	The elephant is a very huge animal.
	If an elephant passes through a place one day, such a place becomes a road.
	If his mother later passes through there the second day, it becomes a boulevard.
	The elephant has a head but no neck.
	The head of the elephant is too big a load for a child to carry.
	The elephant has one hand and uses it to fell a palm tree.
	If it had two hands, he would tear down the sky like a cloth.
	The hunter who says he wants to kill an elephant is toying with death.
	The elephant says (to the hunter), "If you know what death befalls goats, leave me alone."

LESSON THIRTEEN

LESSON **THIRTEEN**

13.1 DIALOGUE

Ṣeun padà dé láti Nàìjíríà

Ayọ̀: Ah, Ṣeun, ní'bo l'o ti gbà lọ?
Ṣeun: Mo lọ Nàìjá ni.
Ayọ̀: Abájọ, ó pẹ́ tí mo ti rí ẹ mọ́. Ọ̀sẹ̀ mélòó l'o lò n'lé?
Ṣeun: Ọ̀sẹ̀ mẹ́rin ni.
Ayọ̀: Àwọn obí ẹ nkọ́? Ṣé àláfià ni wọ́n wà?
Ṣeun: Àláfià ni. Mo tiẹ̀ rí àbúrò ẹ l'Ékò. O ní kí n máa kí ẹ.
Ayọ̀: Àwọn ibo l'o dé ní'lé?
Ṣeun: Mo dé abúlé wa. Mo lọ sí Ọ̀yọ́ láti lọ wo àbúrò mi. Mo tún lọ Kánò níbití ẹ̀gbọ́n mí wà.
Ayọ̀: Ah! Ah! O gbádùn ilé gaan.
Ṣeun: Mo gbádùn ẹ̀. Ṣébi o mọ̀ pé ó ṣe díẹ̀ tí mo ti lọ ilé kẹ́hìn.
Ayọ̀: Èmi pápàá npèrò láti lọ l'ọ́dún t'ó nbọ̀.
Ṣeun: Ibo n'ìlu tiyín nbẹ̀?
Ayọ̀: Ọ̀ṣu l'orúkọ abúlé wa. O wà l'ẹ́ba Ìlẹ́ṣà, ní ipínlẹ̀ Ọṣun.
Ṣeun: Mo mọ Ọ̀ṣú. Níbẹ̀ ni wọ́n ti nta àkàrà.
Ayọ̀: Kíni wọ́n nṣe l'ábúlé tiyín?
Ṣeun: Wọ́n nfín igbá l'ábúlé wa. Mo tiẹ̀ mú àwọn igbá ọlọ́nà t'ó dára wá.
Ayọ̀: Jọ̀wọ́, ṣé o lè fún mi l'ẹ́yọ kan nínún wọn. Mo fẹ́ fún ọ̀rẹ́ mi Amẹ́ríkà kan.
Ṣeun: Kò burú. Mà á fún ẹ.
Ayọ̀: O ṣé. Jọ̀wọ́ bá mi kí àbúrò ẹ. Ó dàbọ̀.
Ṣeun: Ó dàbọ̀ o.

Seun returns from Nigeria

Ayo: Ah! Seun, Where have you been?

Seun: I went to Nigeria.

Ayo: It is no wonder. It's been quite a while since I saw you last. How many weeks did you spend at home?

Seun: It was four weeks.

Ayo: How are your parents? Are they feeling fine?

Seun: Yes, they are alright. I even saw your brother in Lagos. He said I should say hello to you.

Ayo: Which places did you visit at home?

Seun: I went to our village. I went to Oyo to see my younger brother. I also went to Kano where my older brother lives.

Ayo: Ah, Ah! you must have really enjoyed home.

Seun: Yes, I really did. Of course, you know that it has been quite a while since I visited home last.

Ayo: I too am planning to visit home next year.

Seun: Where is your hometown?

Ayo: The name of our village is Oshu. It is near Ilesha, in Oshun state.

Seun: I know Oshu. That is where bean-cakes are sold.

Ayo: What do they do in your village?

Seun: They carve calabashes in our village. I even brought some beautifully carved ones.

Ayo: Please, can you give me one of them? I want to give it to an American friend of mine.

Seun: Alright. I will give it to you.

Ayo: Thank you. Please say hello to your sister.

Seun: Bye.

LESSON **THIRTEEN**

13.2 VOCABULARY

Yoruba	English
abúlé	village
ìletò	small village, farm settlement
ilú	town
ilú-nlá	city
ọba	king
ìjòyè, olóyè	chief
ọba-aládé	a crowned king
olójà	village head
àláyélúwà	His Highness
ìgbákejì-Òrìṣà	Orisha's deputy (on earth)
ọlọ́nà	carver
afingbá	carver of calabashes
aláwọ	leather merchant
onídẹ	brass worker
agbẹ́re	sculptor

13.3 EXPRESSIONS

Yoruba	English
Ṣeun, níbo l'o ti gbà lọ?	Seun, where have you gone?
Mo lọ ọludé.	I went on holiday.
Ọjọ́ mélõ ni ọludé rẹ?	How many days waas your holiday?
Oṣù mélõ l'o lò n'lé?	How many months did you spend at home?
Ọsẹ̀ mẹ́rin ni.	It was four months.
Àwọn òbí ẹ nkọ́?	How are your parents?
Ṣé àláfià ni wọ́n wà?	Are they in good health?
Wọ́n nṣe déédé.	They are doing just fine.
Ara ìyá mi (k)ò dá.	My mother is not well.
Ara bàbá mi (k)ò le.	My father is not in good health.
Wọ́n ngbádùn.	They are having fun.
Awọn ibo l'o dé n'ílé?	Which places did you visit at home?
Awọn ìlú wo l'o lọ ní'lé?	Which towns did you go to back home?
Mo dé ìletò kan.	I went to one farm-settlement.
Mo dé abúlé wa.	I got to our village.
Ibo n'ìlu tiyín nbẹ̀?	Which one there is your town?
Awọn afìngbá pọ̀ ní abúlé wa.	There are many calabash carvers in our village.

LESSON **THIRTEEN**

13.4 ADVERBS

An adverb may come before or after the verb or adjective it modifies: In the sentence, **Ó sùn fọnfọn** (He slept soundly), **sùn** (sleep) is the verb, while **fọnfọn** (soundly) is the adverb modifying **sùn**. In the sentence **Mo ṣẹ̀ṣẹ̀ gbọ́ nípa ọ̀rọ̀ náà** (I have just heard about the issue), **gbọ́** is the verb while **ṣẹ̀ṣẹ̀** is the adverb modifying **gbọ́**.

13.4.1 Adverbs in Time or Space

Many adverbs that express time or space are formed by eliding **ní** with the respective noun: **ní àná** (yesterday) becomes **lánáá**; **ní ìgbà tí** (when) becomes **nígbàtí**; **ní ibí** (here) becomes **níbí**, **ní ẹ̀rẹ̀ kan** (once) becomes **lẹ́ẹ̀kan**, etc.

	Adverb	Elision	English
(a)	ní ẹ̀hìn	lẹ́hìn	behind
(b)	ní ibẹ̀	níbẹ̀ or nbẹ̀	there
(c)	ní ibẹ̀ yẹn	níbẹ̀yẹn	that very place
(d)	ní ibí	níbí or nbí	here
(e)	ní ibí yǐ	níbiyǐ	this very place
(f)	ní ibi tí	níbiti	at the very place, where
(g)	ní oke	lókè	at the top
(h)	ní ọ̀tún	lọ́tùn	at the right side
(i)	ní òsì	lósì	at the left side

13.4.2 Reduplication

Adverbs used to make verbs or adjectives more specific are often derived by word duplication: **Ó nsọ̀rọ̀** (he is talking), **Ó nsọ̀rọ̀ kẹ́lẹ́kẹ́lẹ́** (he is whispering); **Ó lọ** (he left), **Ó lọ ráúráú** (he left without coming back).
Below is a list of these adverbs and their uses:

Adverb	Translation	Adverb	Translation
ráúráú	utterly, completely	dáadáa	very well
láúláú	gleaming	púpọ̀púpọ̀	excessively, exceedingly
dájúdájú	clearly, certainly	díẹ̀díẹ̀	gradually, little by little
pátápátá	completely	lọ́pọ̀lọ́pọ̀	very much
fíofío	lofty	yíngínyíngín	utterly

	Use	Translation
(a)	Ó lọ ráúráú.	He left (without coming back).
(b)	Aṣ ọ náà funfun láúláú	The cloth is gleaming white.
(c)	Mo rí i dájúdájú.	I saw him clearly.
(d)	Ó jẹ ẹ́ pátápátá ni.	He ate all of it.
(e)	Ilé náà ga fíofío.	The house is very lofty.
(f)	Gbọ́ mi dáadáa.	Pay very good attention to me.
(g)	Ó gbóná púpọ̀ púpọ̀.	It is exceedingly hot.
(h)	Àìná nṣe iṣe náà díẹ̀díẹ̀.	Aina is doing the job gradually.
(i)	Àwo náà fọ́ yíngínyíngín.	The plate is broken to pieces.
(j)	Ó lówó lọ́pọ̀lọ́pọ̀.	He is excessively rich.

LESSON **THIRTEEN**

13.4.3. Onomatopeic Adverbs

Many adverbs are formed by imitating the natural sound associated with a given action. For example; **o dún gbàù** (*it exploded*, sounding **gbàù**). Below is a list of such adverbs and the sounds being imitated:

	Adverb	Imitation of sound of:
(a)	gbì	something hitting the ground
(b)	ramúramù	a lion roaring
(c)	yéè	a multitude in a marketplace
(d)	gèè	a crowd cheering
(e)	fọnfọn	a person snoring
(f)	músẹ́n	an almost inaudible, pleasant laugh
(g)	gbàù	a gun
(h)	fìin	a man breathing deeply
(i)	kéèkéè	a loud laugh of a child
(j)	gooro	a cricket

13.4.4. Quiz

Use the attached vocabulary to fill in the missing spaces in the table below:

Yoruba	English	Yoruba	English
àpò	sack	láti rẹ́rìn	to laugh
kìnìún	lion	láti mí	to breath
ìbọn	gun	látiró	to sound

Yoruba	English
Àpò ẹwà jábọ́. Ó ró gbì n'ílẹ̀.	
Kìnìún náà bú ramúramù.	
Ìbọn kékeré náà dún gbàù.	
Ìyàwó rẹ̀ rẹ́rìn músẹ́n.	
Ọmọ náà rẹ́rìn kéèkéè.	
Bàbá Òjó nmi fìin.	

13.4.5. Phonaesthetic Adverbs

Although similar to onomatopeias, phonaesthetic words convey audible ideas of situations that can be perceived only by sight, smell, or feeling. For example, **ó fufun láúláú**, *it is intensely white*. **láúláú** is a phonaestheitc adverb.
Below is a list of these adverbs, the verbs they usually qualify, and the idea being portrayed.

Adverb	Verb	Idea about
ségesège	rí	something arranged in a zigzag manner
báláú	funfun	the white haziness of the cloud
tónítóní	mọ́	something clean and crisp
bàlùbàlù	jò	an unsteady flame
bárabàra	ṣe	something done superficially
biribiri	dúdú	intense darkness

13.4.6. Words Functioning as Adjectives and Adverbs

Depending on how they are used, some words can be used both as an adjective or as an adverb. For example:

	Word	Adjective	Adverb
(a)	ṣákiṣàki	shaggy	shaggily
(b)	tààrà	direct	directly
(c)	rabata	enormous	enormously
(d)	rọbọtọ	spherical	spherically
(e)	gbọ ọrọ	long	lengthily
(f)	rebete	symmetrical	symmetrically
(g)	kélekèle	zigzag	zigzag
(h)	ribiti	round	roundly
(i)	pí-npín	small, puny	small
(j)	fíofío	lofty	loftily
(k)	kọ́lọkọ̀lọ	winding, crooked	crookedly

LESSON **THIRTEEN**

13.4.7. Other Adverbs

Other words that function as adverbs include: **rárá** (*at all* - used with a verb in the negative sense), **sẹ́** (*definitely*), **ṣá** (*merely*), **púpọ̀** (*very, too*). See tables below:

Adverb	Translation	Adverb	Translation
dédé	suddenly	sáà	of course
fẹ́rẹ̀	almost	ṣá	merely
jàjà	with much effort	sẹ́	definitely
jùmọ̀	together	ṣẹ̀ṣẹ̀	recently
kàn	merely	ṣì	still
kọ́kọ́	first	ṣókí	concise
kúkú	really, anyway	tètè	early
mọ̀ọ́mọ̀	deliberately	tilẹ̀	even
púpọ̀	very much	túbọ̀	increasingly
rárá	at all	wulẹ̀	even

Adverb	Use	Meaning
dédé	Ó dédé kígbe.	He suddenly screamed.
fẹ́rẹ̀	Àisan ṣe é, ó fẹ́rẹ̀ kú.	He was so sick, he almost died.
jàjà	Mo jàjà páàsì idánwò náà ni.	I barely passed the examination.
jùmọ̀	Ẹ jẹ́ k'á jùmọ̀ gbé e l' árugẹ.	Let us all support it.
kan	Mo kàn ní kí nsọ fún yín ni.	I merely want to tell you.
kọ́(kọ́)	Èmi l'ó kọ́(kọ́) rí i.	I saw him first.
kúkú	Jẹ́ k'á kúkú máa lọ.	Let us go anyway.
mọ̀ọ́mọ̀	Taye mọ̀ọ́mọ̀ fọ́ àwo náà ni.	Taye deliberately broke the plate.
púpọ̀	Ẹ ṣé púpọ̀.	Thank you very much.

Adverb	Use	Meaning
rárá	N ò mọ̀ rárá.	I did not know at all.
sáà	O sáà rí i wípe èmi ni mo nfẹ́ Àbẹ̀bí.	Of course, you see that I am dating Abebi.
şá	Mo sọ ọ̀rọ̀ kan şá.	I just said something.
sẹ́	Mo ní òun ni sẹ́.	I say he is definitely the person.
şẹ̀şẹ̀	Mo şẹ̀şẹ̀ ní kí nwá pè ẹ́ ni.	I just said I should call you.
şì	Mo şì máa lówó.	I will still get rich.
şókí	Ó sọrọ náà ní şókí.	He stated it briefly.
tètè	Ó tètè sùn k'o báà lè tètè jí.	He went to sleep early so he could wake up early.
tilẹ̀	N ò tilẹ̀ mọ̀ pé o nbọ̀.	I did not even know that you were coming.
túbọ̀	Túbọ̀ múra s'íşẹ́.	Work harder.
wulẹ̀	Má wulẹ̀ şe wàhálà.	Do not even bother.

LESSON **THIRTEEN**

13.5 YORUBA RELIGIOUS BELIEFS ctd.

It is believed that there are 401 gods in the Yoruba pantheon. How does a man contact any of these gods? How do they affect the existence of man? And how does one appease whichever of these may be feel aggrieved, or show appreciation for the one that has shown his favor?
This is where **Ifá**, the god of divination- becomes relevant. Ifa, through his priests, is the intermediary between man and these gods. He translates the wishes of the other gods to man and makes known what offering would make a man's position in life as good as he may want it to be.

13.5.1. Ifa - The God of Divination*

	Òrìṣà	Duty
(a)	**Ifá** or **Orúnmìlà**	God of wisdom. Chief counsellor of the gods. All the other gods can be contacted through him.
(b)	**Awo**	The corpus in which Ifa secrets are inscribed to be translated by the Babaláwo.
(c)	**Babaláwo**	The elder who has mastery of Awo. Also referred to as Priest of Ifa.
(d)	**Odù Ifá**	One of the 256 volumes of the Ifa corpus to which the Babalawo refers. From these, he figures out which of the orishas is interested in the suplicant and what the orisha wants him to do.
(e)	**Ẹ sẹ Ifá**	A subdivision or chapter within each odu
(f)	**Ọpọ́n Ifá**	Ifa divination tray.
(g)	**Ọ̀pẹ̀lẹ̀**	Ifa's divining chain.
(h)	**Ikin**	Ifa's sacred palm nuts. There are sixteen in number. They serve as one of the ritual symbols of Ifa.

* For more information, contact 'Ifa-An Exposition of Ifa Literary Corpus" by Wande Abimbola.

13.6 EXERCISE

13.6.1 Translate into English.*

Yoruba	English
Wà á gbó.	
Wà á tọ́.	
O ò níí jẹ gbígbóná.	
Ilé kò níí lé ọ.	
Aàfin rẹ kò níí kọ̀ ọ́.	
Ọ̀nà kò níí nà ọ́.	
Eyí tí ò nrò á fin.	
Ikú kò níí fi ilé rẹ s'ọ̀nà.	
Arùn kò níí gbé ọ dè.	
Eléègbé ọ̀run ko níí gbé ọ l'ọ́mọ lọ.	
O kò níí rí ibi "wá gbà'jẹ," bí ẹran.	
Ojú kò níí fọ́ mọ́ ọ l'órí.	
Ọmọ kò ní kú mọ́ ọ l'ójú.	
Ayá kò ní yà ọ́.	
Àlògbó, àlòtọ́ ni ológbò nlo aṣọ.	
Àlògbó, àlòtọ́ ni iwọ yóò lo orí rẹ.	

* Adapted from 'Dictionary of Modern Yoruba' by R.C. Abraham.

LESSON FOURTEEN

LESSON FOURTEEN

14.1 DIALOGUE
Simí lọ sí Ilé-ìwòsàn

Tolú: Simi, pẹ̀lẹ́ o. Bí mo ṣe gbọ́ ni mò nbọ̀ yí.
Simi: Ah, Tolú. O ṣeun.
Tolú: Abúrò ẹ ló wá sọ fún Dádì mi pé o wà l'ọ́sipítù. Ṣé kò le púpọ̀?
Simi: Rárá. O pẹ́ t'ó ti má nrẹ̀ mi. Mo lọ s'ọ́dọ̀ dókítà. Ó fún mi l'áwọn oògùn kan. Mo dẹ̀ ti lò wọ́n tán, ṣùgbọ́n àìsàn náà ò lọ.
Tolú: Pẹ̀lẹ́. Mo rí i wípé wọ́n nfa omi sí ẹ lára. Ṣé wọ́n ti mọ ìdí àìsàn náà ni?
Simi: Rárá. Wọ́n ṣẹ̀ṣẹ̀ bẹ̀rẹ̀ síí ṣe àwọn tẹ́stì ni. Wọ́n wá gba ẹ̀jẹ̀ lára mi láìpẹ́. Wọ́n rò pé mo ní ìnfẹ́kṣọ̀n ni.
Tolú: Irú ìnfẹ́kṣọ̀n wo nìyẹn?
Simi: Emi ò mọ̀. Ó dìgbà tí àwọn èsì tẹ́stì bá dé kí wọ́n tó lè sọ.
Tolú: Ṣùgbọ́n o ti má nṣe wàhálà púpọ̀ jù. Mo sọ fún ẹ títí, o ò gbọ́.
Simi: Ẹ̀bi mi kọ́. Iṣẹ́ mi le púpọ̀ ni. Mo tún níláti lọ sí skúùlù l'ójojúmọ́.
Tolú: Mo mọ̀. Ṣùgbọ́n o níláti wá àyè láti simi.
Simi: Oótọ́ l'ọ̀rọ̀ ẹ.
Tolú: Pẹ̀lẹ́. Awọn ọ̀rẹ́ wa ní skúùlù ní kí n máa kí ẹ.
Simi: O ṣé. Kí l'ẹ ṣe ní skúùlù l'ónìí?
Tolú: Tíṣà iṣírò fún wa ní àwọn iṣẹ́ kan. Mo kó wọn wá fún ẹ. Mo sọ fún un pé o wà ní ọsipítù. Òun náà ní kí n máa kí ẹ.
Simi: Kíni tíṣà bàọ́lọ́jì kọ́ yín?
Tolú: Ó sọ̀rọ̀ díẹ̀ nípa ìdánwò tí a ṣe sẹ́hìn.
Simi: Jọ̀wọ́ máa bá mi kó àwọn ómúwọ̀ọ̀kì yẹn jọ.
Tolú: Òkèé, Mà á tún padà wá wò ẹ.
Simi: Ò dàbọ̀.

Simi goes to the hospital

Tolu: Hello, Simi. I came as soon as I heard.

Simi: Ah, Tolu. Thank you.

Tolu: Your brother came and told my father that you were in the hospital. I hope it is not serious.

Simi: No. I have been feeling tired. I went to the doctor. He gave me some medication. I have finished taking them but I did not feel better.

Tolu: I see that you are receiving an IV. Have they determined the problem?

Simi: No. They have just started running tests. They came for some blood recently. They think I have an infection.

Tolu: What kind of infection?

Simi: I don't know. They cannot tell me until they get the results of the tests.

Tolu: You stress yourself too much. I have told you many times but you never listen.

Simi: It is not my fault. I have a strenuous job. Plus I have to go to school everyday.

Tolu: I know. However, you need to find time to rest.

Simi: You are right.

Tolu: Our friends in school say hello.

Simi: Thank you. What did you do in school today?

Tolu: Our math teacher gave some notes. I brought it for you. I told him you were in the hospital. He also sends his greetings.

Simi: What did the biology teacher cover?

Tolu: He talked a bit about our last test.

Simi: Please get the homework assignments for me.

Tolu: O.K. I will be back to see you.

Simi: Bye.

LESSON **FOURTEEN**

14.2 VOCABULARY

Yoruba	English
ọsipítù	hospital
ilé-ìwòsàn	hospital
àgọ́-ìwòsàn	clinic
dókítà	doctor, medical practitioner
oníṣẹ̀gùn	doctor
nọ́ọ̀sì	nurse
olùtọ́jú-aláìsàn	nurse
agbẹ̀bí	midwife
oògùn	medicine
aláwo	native medicine man
babaláwo	native medicine man
Ọ̀sányìn	god of healing
infẹ́kṣọ̀n	infection
ìkárùn	infection
ẹ̀yà-afàìsàn	germs
àrùn arọn-ni	infectious disease
jẹ̀funjẹ̀fun	typhoid fever
jẹ̀dọ̀jẹ̀dọ̀	tuberculosis
onígbáméjì	cholera
jàgbàyà	hookworm
àtọ̀sí	gonorrhea
ṣọ̀pọ̀ná	smallpox
ẹ̀tẹ̀	leprosy
ajíra	vitamin
ikọ́	cough
ibà	fever

14.3 EXPRESSIONS

Yoruba	English
Simi, pẹ̀lẹ́ o.	Hello, Simi.
O ṣeun.	Thank you.
Abúro ẹ ló sọ pé o wà l'ọ́sipítù.	It was your brother who said you were in the hospital.
Irú àìsàn (or àrùn) wo ni?	What kind of illness is it?
Kíl'ó nyọ ẹ́ lẹ́nun?	What is troubling you?
Irú ìnfẹ́kṣọ̀n wo niyẹn?	What kind of infection is it?
Àrùn ibà ni.	It is fever.
Àrùn alámọ̀ ni.	It is a bacterial disease.
Àrùn ọlọ́jẹ̀ ni.	It is a viral illness.
Àrùn alákàn ni.	It is cancer.
Njẹ́ ẹ ṣe tẹ́ẹ̀stì (or ìdánwò)?	Did you have a test?
Rárá, a ò ṣe ìdánwò.	No, we did not have an exam.
A ní iṣẹ́-àṣetiléwá (or ómúwọọ̀kì).	We have a homework assignment.
Inúun sọ́bújẹ́ẹ̀tì wo l'a ti ní ómúwọọ̀kì?	In which subject do we have a homework assignment?
Inún àṣàyàn-ẹ̀kọ́ wo l'a ti ní iṣẹ́-àṣetilewá?	In which subject do we have a homework assignment?
Ó ní kí a múra fún ìdánwò t'ó nbọ̀.	He said we should prepare for a forthcoming exam.
Ó sọ̀rọ̀ díẹ̀ nípa ìdánwo tí a ṣe sẹ́hìn.	He talked a bit about the past exam.

LESSON **FOURTEEN**

14.4 CONJUNCTIONS

The most frequently used conjunctions in the Yoruba language, such as **àti** (and), **ṣùgbọ́n** (but), and **nítorí** (because), are used almost identically as in the English language. In this chapter, these and other conjunctions of importance are discussed.

14.4.1. Àti, at' (and)

The word **àti** can be used to connect nouns, emphatic pronouns, or a combination of these. They can also be used to connect phrases and clauses:

(1)	Òjó àti Dàda njà.	Ojo and Dada are fighting.
	Here **àti** connects two nouns, **Òjó** and **Dàda**.	
(2)	Èmi àti Ṣọlá l'ó ni í.	Sola and I own it.
	Àti connects an emphatic pronoun and a noun.	
(3)	Ẹ̀yin àt'àwọn l'ẹ jọ nlọ.	You and they are all going.
	Àti connects two emphatic pronouns. Non-emphatic pronouns are never connected by **àti**.	
(4)	Wọ́n jókò l'órí àga àt'orí tábìlì.	They sat on the chair and at the table.
	Àti connects a clause and a phrase.	
(5)	Mo fẹ́ mọ àwọn t'ó nlọ sí oko àt'àwọn t'ó nlọ s'ódò.	I want to know who is going to the farm and who is going to the river.
	Here **àti** connects two clauses.	

14.4.1.1 Noun sequence

When more than two nouns occur, **àti** is used as in English, to join the final two nouns or pronouns:

Ó ra ẹran, ata, iyọ̀ àt'epo.	She bought pepper, meat, salt, and palm oil.

14.4.1.2 (à)ti ...(à)ti (both ...and)

As is indicated below, a repetition of **(à)ti**, gives the meaning of *both ...and*:

(1)	Àt'èmi, àt'ilé mi, ọba Olúwa l'a óò ma sìn.	Both my family and I, we will contiue to worship God.
(2)	T'èmi, t'aya mi, ni a óò ma gbádùn.	Both my wife and I, we will enjoy life.

14.4.2 Òun (and)

The word **òun** also means *and*. However, it connotes the surbordination of the second object to the first:

(1)	ọdẹ aperin òun àjá rẹ̀	an elephant hunter and his dog
(2)	bàbá kan òun ọmọ rẹ̀	an old man and his child

14.4.2.1 Quiz

Use the attached vocabulary to fill in the missing spaces in the table below:

Yoruba	English	Yoruba	English
láti sọ pé	to say that	láti fẹ́	to want
ọkàn	heart	láti fẹ́ràn	to like, to love

Yoruba	English
	Lola has two children, Tayo and Kike.
Àt'orí rẹ̀, àt'ẹsẹ̀ rẹ̀, èmi ni mo ni gbogbo rẹ̀.	
T ọkàn, t'ara ni mo fi fẹ́ràn rẹ.	
	Kunle and Bola said that they love God.
	Kunle and Ayo said that they were going to school.
Èmi àti Ayọ̀ fẹ́ lọ wo sinimá.	

LESSON **FOURTEEN**

14.4.3 Bí...bá (If)

The word **bí** is often used to express a condition, supposition, or hypothesis. In these cases, **bí** is often accompnied by **bá**

Examples:

(1)	Bí mo bá wá, mà á rí i.	If (or on the condition that) I come, I will see him.
(2)	Bí mo bá ní, mà á fi yin Olúwa l'ógo.	If (or on the condition that) I have (money), I would use it to show the glory of God.
(3)	B'ó bá ṣe'mi n'ìwọ ni, èmi ò níí gbà.	If (or supposing that) I were you, I would not agree.
(4)	Bí mo bá ní iyẹ́ bí àdàbà, èmi yóò fò lọ.	If I had wings like a dove, I would fly away.

14.4.4 Bí...bí (Whether...or)

A repetition of the word **bi** is used to introduce alternatives. Examples:

(1)	B'ó kú ni, b'ó yè ni, àwa ò mọ̀.	Whether he died or lived, we do not know.
(2)	B'ó gbọ́, bí ò gbọ́, kò kàn mí.	Whether he hears or not, I do not care.

14.4.5 Bí...(bẹ́ ẹ̀) ni (As ...as, As ...so)

14.4.5.1 Bí accompanied with **bẹ́ ẹ̀ ni** is used to make comparisons between two circumstances. Examples:

(1)	Bi baba ṣe rí, bẹ́ ẹ̀ ni ọmọ́ rí.	As the father is, so is the son.
(2)	Bí o ṣe rí mi, bẹ́ ẹ̀ ni mo mọ.	As you see me, so I am.

14.4.5.2 Bí accompanied with **bẹ́ ẹ̀ ni** is also used to establish the chronology of events.
Examples:

| (1) | Bí mo ṣe ní kí n máa lọ, bẹ́ ẹ̀ ni Àjàdí dé. | As I was about to leave, Ajadi arrived. |
| (2) | B'ó ti gbọ́ igbe ọmọ rẹ̀, bẹ́ ẹ̀ ni ó nsá bọ̀. | As she heard her child crying, she started coming. |

14.4.6 Yálà...tàbí (Whether...or not)

This connective is used as in **14.4.4** above. Examples given can be written as follows:

| (1) | Yálà ó kú ni, tàbí ó yè ni, àwa ò mọ̀. | Whether he died or lived, we do not know. |
| (2) | Yálà ó gbọ́, tàbí kò gbọ́, kò kàn mí. | Whether he hears or not, I do not care. |

14.4.6.1 Quiz:

Use the attached vocabulary to fill in the blank spaces in the table below:

Yoruba	English	Yoruba	English
láti nídǐ	to have a reason	láti jìyà	to be punished
láti bínú	to be angry	láti jáde	to leave (home)

Yoruba	English
Bí kò bá nídǐ, iyàwó rẹ̀ kò ní bínú.	
Bí mo ṣé, bí mi ò ṣé, ọ̀gá mi á bá mi wí.	
Bí a ṣe wọ ṣọ́ọ̀ṣì, ni a rí àlùfá.	
Bí mo ṣe dé ilé ni mo gbọ́ ikú bàbá Àjàní.	
	Whether or not he goes, he will be punished.
	As I was leaving my house, I met one beautiful lady.
	If God wills, I shall be rich.

LESSON **FOURTEEN**

14.4.7 Sùgbọ́n (but)

Sùgbọ́n is used to connect two sentences, clauses, or phrases that contradict each other to some degree.

(1)	K'ò kú, ṣùgbọ́n k'ò gbádùn	He is not dead, but he is not in good health.
(2)	Òjó kò lè jà ṣùgbọ́n ó ní àbúrò t'ó gbójú.	Ojo will not fight but he has a younger brother who is bold.

14.4.7.1 Variations of ṣùgbọ́n include:

	Variation	English
(1)	àmọ́	but
(2)	àmọ́ṣá	nevertheless
(3)	bẹ́ẹ̀ré	ironically, although
(4)	bẹ́ẹ̀ré+ bẹ́ẹ̀(sì)ni	neither...nor
(5)	Bẹ́ẹ̀kọ́	not really
(6)	Bótilẹ̀jẹ́pé	although

	Word	Use and English translation
(1)	àmọ́	Mo nlọ, àmọ́ mà á padà wá. *I am leaving, but I will come back.*
(2)	àmọ́ṣá	Mo rí ọ̀pọ̀lọ́pọ̀ iṣòro, àmọ́ ṣá, Olúwa nbẹ. *I faced a lot of difficulties. Nevertheless, God exists.*
(3)	bẹ́ẹ̀re	Igbá nl'áwun, bẹ́ ẹ̀ré igbá ò l'ẹ́ sẹ̀. *The gourd is pursuing the tortoise, although the gourd has no legs.*
(4)	bẹ́ẹ̀re and bẹ́ẹ̀ni	Igbá nl'áwun, bẹ́ ẹ̀ré igbá ò l'ọ́wọ́, bẹ́ ẹ̀(sì) ni kò l'ẹ́sẹ̀. *The gourd is pursuing the tortoise, but the gourd, ironically, has neither hands nor legs.*
(5)	bẹ́ẹ̀kọ́	Wọ́n sọ pé a kéré, bẹ́ ẹ̀kọ́, irọ́ ni wọ́n npa. *It was rumored that we are of no consequence; however, this is a lie.*
(6)	bótilẹ̀jẹ́pé	Bótilẹ̀jẹ́pé a ò lówó, a l'Ólúwa ọba. *Although we are not rich, we have the Lord.*

14.4.9 Nítorí (Because)

The word **nítorí** and its variations are used exactly as is in the English language. It means: for the reason that; on account of the fact that; since; so that, etc.

14.4.9.1 Variations of **nítorí** include:

	Variation	English Equivalent
(1)	nítorí	because
(2)	(t)ìtoríí or toríi tani?	on whose account?
(3)	(ì)torí or tìtorí	on account of
(4)	nítorí ìyẹn	because of that
(5)	nítorí náà	therefore, because of that
(6)	nítorii kíni?	because of what?, for what reason?
(7)	nítorí kí	so that

	Word	Use and English translation
(1)	nítorí	**Wọ́n ní kí ó rúbọ nítorí ajé.** *He was asked to perform a sacrifice because of business.*
(2)	(t)ìtoríí tani? or toríi tani?	**(T)ìtoríí tal'o ṣe wá?** *On whose account did you come?*
(3)	(t)ìtoríi	**(T)ìtoríi mi l'ó ṣe wá.** *He came on my account.*
(4)	nítorí ìyẹn	**Nítorí ìyẹn ni mo ṣe kúrò ní ilé.** *I left home because of that (reason).*
(5)	nítorínáà	**Nítorínáà ni ọ̀pọ̀lọ́ ṣe gbé ọkọ rẹ̀ pọ̀n.** *Because of this, the frog decided to carry her husband on her back.*
(6)	nítorii kíni	**Nítorii kíl'Ó ṣe dá wa?** *Why did He create us?*
(7)	nítorí kí	**Ó dá wa nítorí k'á baà yìn ín.** *He created us so we may glorify Him.*

14.4.9.2 Quiz

Use the attached vocabulary to fill in the missing spaces in the table below:

Yoruba	English	Yoruba	English
adití	deaf person	láti kù	to rumble
afójú	blind person	òjó sú	rain threatens

Yoruba	English
Nítorí adití ni òjó se nsú.	
Nítorí afójú ni òjó se nkù.	
	I will go, but I will come back.
Mo gbó, sùgbón mi ò gbà.	
	You have eyes, but you cannot see.
	Although you have eyes, you cannot see.

14.5 PREPOSITIONS

In English, the prepositions *in, by, for, with, to*, etc. connect a noun, pronoun, or noun phrase to another element in the sentence, such as a verb. In the Yoruba language, a preposition functions in a similar manner.

14.5.1 Prepositional Prefixes:
A prepositional prefix combines with a sentence object to indicate the position of interest. For example, **n'ínú (ní inú) ilé** means *inside* the house, whereas **s'ínú (sí inú) ilé** means *towards* the house. The list below has the most frequently encountered prepositional prefixes and their English equivalents.

Prefix	English Equivalents
ní, n', l'	by, in, at, as
sí, s'	to, towards

14.5.2. Prepositional Words
Below is a list of some prepositional words and phrases formed using the articles above

Word	English	Word	English
l'áǎrín	between	s'áǎrín	between, in the middle of
l'ójú	at (the spot)	s'ójú	to (the spot)
l'órí (ní orí)	on (the top)	s'órí	to (the top)
l'ábẹ́	underneath	s'ábẹ́	under
l'ápá	beside	s'ápá	beside, by the side of
l'étí	near	s'étí	near, close to
l'ára	on (the body)	s'ára	to (the body)
l'ẹ̀bǎ	near	s'ẹ̀bǎ	to the neighborhood of
l'ẹ́gbẹ́	beside	s'ẹ́gbẹ́	beside, to the side of

14.5.2. Prepositional Words ctd.

Word	English	Word	English
l'ẹ́nu	in (the mouth of)	s'ẹ́nu	to (the mouth of)
l'óde	outside	s'óde	outside, to the outer side of
l'ódò	under	s'ódò	under, to the inside of
l'ọ́dọ̀	with	s'ọ́dọ̀	towards
l'ójú	amidst	s'ójú	into the middle of
l'ójúùde	outside (of a house)	s'ójúùde	to the outside (of a house)
l'ọ́wọ́	with, in	s'ọ́wọ́	into or from the hands of
n'íbi	near	s'íbi	near, in the area of
n'ídǐ	beneath	s'ídǐ	to the underneath of
n'ílẹ̀	in (the land of)	s'ílẹ̀	to (the land of)
n'ínú	in, among	s'ínú	into
n'ísàlẹ̀	under	s'ísàlẹ̀	into the bottom of

14.5.3. Other Prepositional Words

Other words used as prepositions which do not have the prefixes indicated above include:

Preposition	English Equivalents
pẹ̀lú	with, alongside of
gẹ́gẹ́bí	as, like, in the role of, in the sense of
bí	like, as, in the capacity of
tó	about, near to
nípà	about, concerned with

14.5.3.1 Quiz

Fill in the missing spaces in the table below:

Yoruba	English
Ó gbọ́n bí Ifá	
Mọṣáláṣíi wọn wà l'ọ́nà Aké	
	He lives near a river
	He passes outside the king's palace
	He goes to school in our town
Ó wá láti ìpínlẹ̀ Ondó	
Kanò wà l'ókè Odò Ọya	

14.6 EXERCISE

Use the attached vocabulary to translate the passage that follows into English. Compare your translation with the author's, (see *Exercise Key*).

Yoruba	English
àkọ́kúntẹni	learned in addition to one's own (as a second language)
iwọ̀nba	a few
akitiyan	effort
lákòtán	In conclusion
ọ̀ pọ̀lọ́pọ̀	many
òntẹ̀wé	publisher
láti rọrùn	to be easy
láti ṣọ̀wọ́n	to be scarce

Yorùbá gẹ́gẹ́bí èdè àkọ́kúntẹni
Àwọn ìṣòro t'ó wà nínún kíkọ́ èdè Yorùbá gẹ́gẹ́bí èdè àkọ́kúntẹni pọ̀ díẹ̀.
Ìkínní. Bótilẹ̀jẹ́pé ní báyìí, àwọn tí o gba oyè nínú èdè Yorùbá àti bí a ṣe nkọ́ ọ ti pọ̀, síbẹ̀, ó jẹ́ ohun ìṣòro láti rí àwọn olùkọ́ láti kọ́ èdè Yorùbá ní àwọn ìlú òkèèrè.
Ìkéjì. Ìwọ̀nba ìwé díẹ̀ ló ṣì wà lórí àtẹ fún kíkọ́ èdè Yorùbá gẹ́gẹ́bí èdè àkọ́kúntẹni.
Ìkẹta. Ọ̀pọ̀lọ́pọ̀ àwọn olùkọ́ ni ó ní ìfẹ́ sí kíkọ ìwé lórí èdè Yorùbá, ṣùgbọ́n wọn kò rí òntẹ̀wé láti bá wọn gbé e jáde.
Ìkẹrin. Ọ̀pọ̀lọ́pọ̀ ohun èlò tí àwọn olùkọ́ lè lò láti mú kíkọ́ èdè yí rọrùn fún àwọn akẹ́kọ̀ ni ó ṣọ̀wọ́n ní àwọn ilé-ẹ̀kọ́ tí wọ́n nkọ́ ọ bí èdè àkọ́kúntẹni.
Lákòtan, Àwa tí a ní ìfẹ̀ nínún kíkọ́ èdè Yorùbá gẹ́gẹ́bí èdè àkọ́kúntẹni ní ilẹ̀ Amẹ́ríkà àti Yúróòpù nílàti ṣe akitiyan láti rí i pé a borí àwọn ìṣòro wọ̀nyíí.

LESSON FIFTEEN

15.1 DIALOGUE
Táyé àti Yétúndé pàdé ní ọjà

Táyé: Yétúndé, kú ọjọ́ mẹ́ta. Kíl'o wá rà l'ọ́jà.

Yétúndé: Táyé, ojú t'ó rí ẹ tọ́. Mo ní kí n wá ra àwọn nkan patí wa ni.

Táyé: Ó dára bẹ́ẹ̀. Mo rí i pé o ti ra ìrẹsì àt'èlùbọ́. Àwọn nkan wo l'o tún fẹ́ rà?

Yétúndé: Mo ṣì máa ra iṣu, ẹ̀wà, epo, ata, ẹran àt'àwọn nkan pẹ́pẹ̀pẹ́ mĩ́ràn. Àh! Àwọn nkan mà wọ́n l'ọ́ja yǐo.

Táyé: Èló l'o ra àpò ìrẹsì yẹn?

Yétúndé: Àpò náírà mẹ́rin. Ilàjì àpò elùbọ́ tó o rí yẹn, àpò naira kan abọ̀ ni mo ra a.

Táyé: Ah! Dádì kúkú l'ówó. Igbà yẹn lo ò lọ Dùgbẹ̀. Ibẹ̀ ni mo ti ra àwọn nkan tí mo lò nígbà ìkómọ wa.

Yétúndé: Ah, Bóyá ibẹ̀ ni mo ṣì ma padà lọ.

Táyé: Gbogbo iṣu tí mo lò, àpò náírà mẹ́fà ni mo rà wọ́n.

Yétúndé: Ẹ̀n, ẹ́n. Èló ni wọ́n nta ìwọ̀n ẹran níbẹ̀?

Táyé: Mà a mu ẹ lọ s'ọ̀dọ̀ oníbǎrà mi. O lè rí ẹran t'ó dára rà ní nkan bí àádọ́ta náírà ìwọ̀n kan.

Yétúndé: Àh, Táyé, Jọ̀wọ́ mú mi lọ'bẹ̀. Owó mi ti fẹ́rẹ̀ tán.

Táyé: Àh, Yétúndé, ibo l'o ti ra léèsì tó o lò fún ìkómọ yẹn?

Yétúndé: Stọ́ọ̀ kan ní Jànkara ni mo ti rà a.

Táyé: Ó mà dára o. Èló l'o ra ọ̀pá kọ̀ọ̀kan?

Yétúndé: Àpò mẹ́tamẹ́ta ọ̀pá ni mo san.

Táyé: Jọ̀wọ́ mo fẹ́ ra'rú rẹ̀.

Yétúndé: Kò burú. Tí a bá ti kúrò ní Dùgbẹ̀, a á lọ Jànkara láti lọ rà á.

Taye and Yetunde meet at a local market

Taye: Yetunde, It's been a while. What did you come to the market to buy?

Yetunde: Taye, It's been quite a long time. I came to buy some things for our party.

Taye: That's good. I see that you've bought rice and yam-flour. What other things do you want to buy?

Yetunde: I still need to buy yams, beans, oil, meat, and other little things. Ah! Things are very expensive in this market.

Taye: How much did you pay for that bag of rice?

Yetunde: Four hundred naira. That half a bag of yam flour cost one hundred and fifty naira.

Taye: Ah! Of course your husband is very rich. Why don't you go to Dugbe? That was where I bought all I used for our naming ceremony.

Yetunde: Ah, perhaps I will end up going there.

Taye: All the yams I used, I bought them for six hundred naira.

Yetunde: En, en. How much is a pound of meat there?

Taye: I will take you to my vendor. You can buy good meat for around fifty naira per pound.

Yetunde: Ah, Taye, please, take me there. I am almost out of money.

Taye: Ah, Yetunde, where did you buy the lace that you used for the naming ceremony?

Yetunde: I bought it in a store in Jankara.

Taye: It was really beautiful, How much was it?

Yetunde: I paid three hundred naira for each yard.

Taye: Please, I want to buy that kind.

Yetunde: That's alright. When we finish at Dugbe, I will take you to Jankara to buy it.

LESSON **FIFTEEN**

15.2 VOCABULARY

Yoruba	English	Yoruba	English
patí	party	gaàrí	cassava
àṣeyẹ	celebration	dòdò	fried ripe plantain
ọdún	celebration	bíà	beer
orò	custom	ọtí	beer, alcoholic drink
ìkómọ	naming ceremony	wáìnì	wine
ìsìnkú	burial ceremony	ẹmu	wine (palm wine)
ìsọmọlórúkọ	naming ceremony	ògùrọ̀	raphia palm wine
Kérésìmesì	Christmas	iṣà	stale palm wine
Àjínde	Easter	léèsì	lace
ọdún Ogún	Ogun Festival	àdìrẹ	African dyed cloth
ọdún Eégún	Eegun Festival	agbádá	(man's) large gown
ìpàdé	meeting	dà-ndógó	long-sleeved agbada
mítìnì	meeting	dànṣíkí	wide armed gown
ẹ̀bà	cassava gruel	ṣòkòtò	trousers
ìrẹsì	rice	bùbá	male or female garment
àmàlà	yam flour	ìró	woman's wrap
láfún	cassava flour	ìpèlé or iborùn	woman's outer wrap
ẹ̀kọ	maize gruel		
àkàrà	bean cake		
ẹ̀wà	bean	onílù	musician
mọ́ínmọ́ín, ọ̀ọ̀lẹ̀, ọ̀lẹ̀lẹ̀	bean pudding	olórin	singer
iyán	pounded yam	eléwì	bard

15.3 EXPRESSIONS

Yoruba	English
Mo fẹ́ràn gèlè (r)ẹ yí púpọ̀.	I like your head tie very much.
Ṣé o nfẹ́ irú rẹ̀ ni?	Do you want to buy that kind?
Mo rà á tòun àti ìró ni.	I bought it along with the wrap.
Àjàyí wọ kóòtù àti ṣòkòtò.	Ajayi wears coat and a pair of trousers.
Agbádá pẹ̀lu bùbá ni Aìná wọ̀.	Aina wore an agbada with a buba.
Ṣẹ́ẹ̀tì Olú ti fàya.	Olu's shirt is torn.
Ṣẹ́ẹ̀tì alápá gbọọrọ ni mo fẹ́ rà.	I want to buy a long-sleeved shirt.
Ó di dandan kí a wọ táì lọ ọ́fíìsì wa.	It is mandatory that we wear a tie to our office.
Aṣọ òfì l'a fi ṣe ìgbéyàwó náà.	We wore ofi dress for the marriage ceremony.
Ọ̀kẹ́ mẹ́fà náírà ni bọ́ndù kan.	It cost six thousand naira per bundle.
Ọ̀kẹ́ mẹ́rin náírà ni ìgàn kọ̀ọ̀kan.	Each bundle costs four thousand naira.
Irú fìlà wo ni èyí?	What kind of cap is this?
Fìlà abetí-ajá ni.	It is a dog-eared cap.
Irú bàtà wo ni àwọn èyí?	What kind of shoes are these?

15.4 SEASONS AND TIMES

Yoruba measurement systems have largely been replaced by either English or Arabic ones. However, indigenous ways persist in some areas.

15. 4.1. Seasons of the Year

Yoruba land has two main seasons, the dry and wet seasons. In the dry season, between December and February, the harmattan blows from the North, bringing dust and lower temperatures.

Season	Yoruba
winter	ìgbà otútù
spring	igbà irúwé
summer	igbà iwọ́wé
fall	igbà ooru
harmattan	igba ọyẹ́
dry season	igbà ọ̀gbẹlẹ̀
rainy season	igbà òjò

15. 4.2. Measurement of Time

The modern system of measuring time is consistent with the one used in Europe and North America. In the past, the appearance or position of the sun in the sky was used to estimate the time of the day.

English	Yoruba	English	Yoruba
second	iṣísẹ̀	week	ọ̀sẹ̀
minute	iṣẹ́jú	month	oṣù
hour	wákàtí	year	ọdún
day	ọjọ́	leap year	ọdún-lé

15.4.3 Months of the Year

The names of the months are preceded by **oṣù**, *moon*, which is a carryover from the time when the year was divided to the number of days between each of the moon's appearances.

English	Yoruba	
January	oṣù kíní	oṣùu Jánúárì
February	oṣù kéjì	oṣùu Fébúárì
March	oṣù kẹ́ta	oṣùu Máàsì
April	oṣù kẹ́rin	oṣù Epíríilì
May	oṣù kárǔn	oṣùu Méè (agà)
June	oṣù kẹ́fa	oṣùu Júùnù
July	oṣù kéje	oṣùu Júláì
August	oṣù kẹ́jọ	oṣùu Ọ́gọ́ọ́sitì
September	oṣù kẹ́sǎn	oṣùu Sẹ̀tẹ́mbà
October	oṣù kẹ́wǎ	oṣù Ọ̀któóbà
November	oṣù kọ́kànlǎ	oṣùu Nòfẹ́mbà
December	oṣù kéjìlǎ	oṣùu Disẹ́mbà

15.4.4 Days of the Week

The days of the week have Arabic, English or Christian names. However, the terms highlighted are the ones ordinarily used and understood by all.

English	Yoruba			
	Christian	Old Names	Arabic	Common
Sunday	**Sọ́ndè**	ọjọ́ Aìkú	Àláàdì	**ọjọ́ Ọ̀sẹ̀**
Monday	Mọ́ndè	ọjọ́ Ajé	Àtiní	**Mọ́ndè**
Tuesday	Túsìdéè	ọjọ́ Iṣẹ́gun	Àtàlátà	**Túsideè**
Wednesday	Wẹ́sìdeè	ọjọ́ọ Rírú,	Àlàrùba	**Wẹ́sideè**
Thursday	Tọ́sìdeè	ọjọ́ Àṣẹ̀ṣẹ̀dáyé	**Àlàmísì**	Tọ́sideè
Friday	Fúráideè	ọjọ́ Ẹtì	**Jímọ́ọ̀**	**Fúráideè**
Saturday	Sátidé	ọjọ́ Àbámẹ́ta	Àsàbùta	**Sátidé**

15.4.5 Periods of the Day

The traditional division of the day is still popular despite the adoption of Western time systems.

Interval	Period
ógónjò òru	period from around 11 p.m. to 3 a.m.
Àkùkọ àkọ́kọ́	period between 3 and 4 a.m.
Àfẹ̀mọ́njú	dawn; period between 4 and 6 a.m.
Ìdájí	early morning, period between 5 and 7 a. m.
Àárọ̀ (òwúrọ̀)	period between 7 and 10 a.m.
Ìyálẹ̀ta	period from 10 a.m. till noon
Ọ̀sán	period between noon and 4 p.m.
Ìrọ̀lẹ́	dusk; period between 4 and 7 p.m.
àṣálẹ́	period between 7 and 11 p.m.

15.5 WEIGHTS AND MEASURES

The traditional measurements of weight and distance were rather arbitrary. The English and, more recently, the metric system, have since been completely adopted.

15.5.1 Measurement of Length
The terms used for the measurement of length are:

English	Yoruba	English	Yoruba
inch	ìka	meter	mítà
foot	ẹsẹ̀	centimeter	idá-àpò mítà
yard	ọ̀pá	millimeter	idá-ọ̀kẹ́ mítà
furlong	òréré	kilometer	ọ̀kẹmítà
mile	máìlì or ibùsọ̀		

15.5.2 Measurement of Area
The general term used for the measurement of area is **ojú** (surface). For example: 1 square foot is **ojú-ẹsẹ̀ kan**; 10 square kilometers is **ojúu ọ̀kẹmítà mẹ́wà**.

15.5.3 Measurement of Volume
The general term used for the measurement of area is **àyè**. For example, 2 cubic meters is **àyè mítà méjì**; 20 cubic meters is **àyè mítà ìdì méji** or **ogún àyè mítà**

15.5.3.1. Other units of volume measurement:

English	Yoruba	English	Yoruba
liter	lítà	gallon	gálọ́ọ̀nù
milliliter	ida-ọ̀kẹ́ lítà	barrel	àgbá

15.5.4 Measurement of Weight

The terms used for the measurement of weight are adaptations of the English forms. The term **ìwọ̀n**, meaning *measure*, may precede the unit used:

English	Yoruba	English	Yoruba
ounce	(ìwọ̀n) áùnsì	gram	(ìwọ̀n) gráàmù
pound	(ìwọ̀n) pọ́un	kilogram	(ìwọ̀n) ọ̀kẹgráàmù
ton	(ìwọ̀n) tọ́ọ̀nù	milligram	(ìwọ̀n) ida-ọ̀kẹ́ gráàmù

15.6 EXERCISE

Translate into Yoruba. Compare your translation with the author's (see Exercise Key).

The Story of How Tortoise Became Bald
One day, Tortoise went to visit his in-laws.
Tortoise met his mother-in-law making a pot of porridge.
His mother-in-law invited him to dinner but Tortoise declined, saying he already ate.
While his hosts briefly stepped out, Tortoise quickly removed his cap, put a portion of the hot porridge into it and put it back on.
When his in-laws came back, he told them he was leaving, but they urged him to wait a while.
"How is Yanibo, your wife?" his mother-in-law asked.
"She is alright," Tortoise replied.
"How are your children?" his father-in-law inquired.
"My head is hot," Tortoise screamed.
"You are sweating," the mother-in-law observed. "why don't you take off you cap?"
"No," Tortoise refused, insisting that he had to leave. By then, the heat of the porridge had already burned his scalp.
When Tortoise got home all the hair on his head had fallen off, leaving a big sore.
When the sore healed, that portion of his head could not grow hair any more.
This is the reason why, through today, tortoises are bald.

EXERCISE KEY

EXERCISE KEY

LESSON 1
1.4.3 Quiz

Greeting	Translation	English Equivalent
Ẹ kú òwúrọ̀ or Ẹ káàrọ̀.	Greetings for this morning	Good morning
Ẹ kú osán or Ẹ káàsán	Greetings for this afternoon	Good afternoon
Ẹ kú ìrọ̀lẹ́ or Ẹ kúrọ̀lẹ́.	Greetings for this evening.	Good evening
Ẹ kú alẹ́ or Ẹ káalẹ́	Greetings for this night time	Good evening (after dusk)
Ẹ kú àbọ̀ or Ẹ káàbọ̀.	Greetings for coming back.	Welcome
Ẹ kú iṣẹ́ or E kúuṣẹ́.	Greetings for working hard.	Well done
Ẹ kú ìdúró.	Greetings for standing for a while.	
Ẹ kú aájò.	Greetings for your concern.	Thank you for your concern
Ẹ kú ìrójú.	Greetings for your perseverance.	
Ẹ kú ìsimi.	Greetings for the period of rest (vacation).	
Ẹ kú ìtójú.	Greetings for your care.	
Ẹ kú ìpalẹ̀mọ́.	Greetings for peparing for a journey.	Have a safe journey
Ẹ kú ọdún.	Greetings for the celebration.	
Ẹ kú ọdún kérésìmesi.	Greetings for the Christmas.	Merry Christmas
Ẹ kú ọdún iléyá.	Greetings for Id-el-Fitir celebration.	

EXERCISE 1.8

Yoruba	English
Orúkọ mi ni Ọla.	My name is Ola.
Orúkọ ọ̀rẹ́ mi ni Ìṣọ̀lá.	My friend's name is Isola.
Orúkọ ajá mi ni Sándì.	My dog's name is Sandy.
Orúkọ ilú mi ni Ìwó.	My town's name is Iwo.
Ìlú mi tóbi.	My town is big.
Ajá mi dára.	My dog is beautiful.
Skúùlù wa tóbi.	**Our school is big.**
Skúùlù mi jìnnà.	**Our school is far away.**
Èmi ni ọ̀rẹ́ yín.	I am a friend of all of you.
Èmi ni **bàbá** rẹ.	I am your father.
Èmi ni Ìyá Ádé.	I am Ade's mother.
Àwa ni ọ̀rẹ́ Bọ́lá.	We are Bola's friend.
Àwa ni ọ̀rẹ́ Akin.	You are Akin's friend.
Àwa ni **òbí** Ayọ̀.	We are Ayo's parents.

EXERCISE KEY

LESSON 2

2.4.2.1 Quiz

Word	Morphemes	Meaning
sòrò	sọ: speak; ọ̀rọ̀: sentence	to talk, to say something
lọsíwájú	lọ: go; sí: to, iwájú: front	to progress
iléèwé	ilé: house, ìwé: books	school
ẹranko	ẹran: flesh oko: farm	animal
apẹja	pa: kill ẹja: fish	fisherman
onílu	ni: have; oní: owner of ìlù: drum	a drummer or owner of a drum
oríire	orí: head ire: fortune	good luck, fortune

2.4.3.2 Quiz

Sọ́ndè	Sunday	Bíbélì	Bible
kòkó	cocoa	ángẹ́èlì	Angel
Sátidé	Saturday	Sọ́ọ̀ṣì	Church
dọ́là	dollar	kípà	(goal)keeper
pọ́n-ùn	pound	bíà	beer

EXERCISE 2.6

Yoruba	English
Ayọ̀ ńkọ́ iṣírò.	Ayo is studying mathematics.
Bọ́lá **nka** ìwé.	Bola is reading a book.
Bọ́lá **ní** owó.	Bola has (some) money.
Délé **àti** Bọ́lá **ní** ajá.	Dele and Bola have a dog.
Emi ni tíṣà yín.	I am your teacher.
Orúkọ mi ni Kọ́la.	My name is Kola.
Kọ́lé ni tíṣàa Yorùbá.	Kole is the Yoruba teacher.
Orúkọ **ajá Òjó ni Sùúrù.**	Ojo's dog's name is Suuru.
Mo rí ajá Ojó *ní* ọ̀jà.	**I saw Ojo's dog at the market.**
Mo rí Délé *ní* ọ̀jà.	I saw Dele at the market.
Dúpé nlọ *sí* skúùlù *ní* Ọ̀wọ̀.	Dupe goes to school in Owo.
Délé àti Bọ́lá nlọ *sí* skúùlù.	**Dele and Bola are going to school.**

EXERCISE KEY

LESSON 3

EXERCISE 3.6

Yoruba	English
Mo fẹ́ lọ.	I want to go.
Mo fẹ́ sọ̀rọ̀.	I want to talk.
Mo fẹ́ràn (r)ẹ.	I love you.
Kúnlé fẹ́ràn Bọ́lá.	Kunle loves Bola.
Kúnlé **ní** òun fẹ́ràn Bọ́lá.	Kunle says he loves Bola.
Kúnlé sọ pé òun fẹ́ràn Bọ́lá.	Kunle says that he loves Bola.
Kúnlé wí pé òun fẹ́ lọ.	Kunle says that he wants to leave (go).
A fẹ́ran Ọlọ́run.	We love God.
Kúnlé àti Bọ́lá sọ pé wọ́n fẹ́ran Ọlọ́run.	Kunle and Bola said that they love God.
Kúnlé sọ pé òun mọ̀ mí.	Kunle says that he knows me.
Mo mọ̀ pé Ayọ̀ mọ Kúnlé.	**I know that Ayo knows Kunle.**
Kúnlé àti Ayọ̀ sọ pé wọ́n nlọ sí skúùlù.	Kunle and Ayo said that they were going to school.
Èmi àti Ayọ̀ fẹ́ lọ jẹun.	**I and Ayo are going to eat.**
Kúnlé àti Ayọ̀ njẹ onjẹ.	**Kunle and Ayo are eating some food.**

LESSON 4

4.4.1.3.

Yoruba	English
Àdùkê njẹ búrẹ̃dì.	Aduke is eating bread.
Ajá ngbó n'ígbó.	A dog is barking in the forest.
A nṣe iṣíro.	We are doing math.
Lọlá nka ìwé.	Lola is reading a book.

4.4.1.6. Quiz

Yoruba	English
Mo wá; mo rí; mo ṣẹ́gun.	I came; I saw; I conquered.
Bádé dé adé ọba.	Bade wears the king's crown.
Òbé bu ọbẹ̀.	Obe took some stew.
Awá nlọ; ó dàbọ̀.	We are leaving; goodbye.
Ojó ní orí.	Ojo has a head.
Ó sì ní filà.	He also has a cap.
Emi yóò lọ.	I will go (or leave).
Emi yóò lọ rí baba mi.	I will go and visit my father.
Emi (y)óò sọ fún un.	I will tell him.
Emi ti dẹ́ṣẹ̀.	I have sinned.
Mo ní àṣàyàn-ẹ̀kọ́ mẹ́ta l'óni.	I have three subjects today.
Olùkọ́-àgbà wa nkọ́ wa dáadáa.	Our professor teaches well.
Bádé ti dé adé ọba.	Bade has worn the king's crown.
Bádé (y)óò dé adé ọba.	Bade will wear the king's crown.
Mo rí bàbá wa l'ánă.	I saw our father yesterday.
Mà á rí bàbá wa l'óni	I will see our father today.

EXERCISE KEY

4.4.2.2 Quiz

Yoruba	English
Àiná kò mọ̀ pe mo ti lọ.	Aina did not know that I already left.
A ní k'ó lọ, ṣùgbọ́n kò lọ.	She was asked to go, she did not go.
A (k)ò sọ fún un pé k'ó lọ.	We did not tell him to go.
Èmi (k)ò sọ fún Àìná pé mo ti lọ.	I did not tell Aina that I had gone.

4.4.2.4 Quiz

Yoruba	English
À wa (k)ò níí lọ.	We will not go.
Ayọ̀ ò níí lọ sí skúùlù náà.	**Ayo will not go to that school.**
Èmi ò níí rí àbúrò rẹ.	**I will not see your brother.**
Táyé (k)ò níí ra rédíò náa ní Ṣikágò.	Taye will not buy the radio in Chicago.
Ajá mi ò níí jẹ búrẹ́dì.	**My dog will not eat bread.**
Ológbò mi (k)ò níí jẹ onjẹ (r)ẹ̀.	My cat will not eat its food.
Bádé kò dé adé ọba.	**Bade will not wear the king's crown.**
Àwa (k)ò fẹ́ jẹun.	We do not want to eat.
Àwa (k)ò jẹun.	We did not eat.
Bádé lọ. Kó padà.	Bade left. He did not return.
Bádé á lọ. Kò níí padà.	Bade will go, she will not come back.

4.4.2.9 Quiz

Yoruba	English
Mo rí bàbá wa l'ánà.	I saw our father yesterday.
Èmi ò níí rí bàbà wa lónì̀	I will not see our father today.
Ránti ò níí kọrin ní Ṣọ́ọ̀ṣì.	Ranti did not sing in the Church.
Ranti (k)ò gbàdúrà sí Jésù.	Ranti did not pray to Jesus.
Ránti sọ pé òun (k)ò níí gbàdúrà sí Jésù.	Ranti said that he will not pray to Jesus.
Ránti ò tíì bẹ̀rẹ̀ sí gbàdúrà sí Ọlọ́run.	Ranti has begun to pray to Jesus.
Kò níí sọ ibi t'ó lọ.	He/She will not say where she went.
Mo ti sọ fún un ibi tí mo lọ.	I have not told him where I went.
Dúpẹ́ nyin àwọn awo rẹ̀.	Dupe is praising her Ifa priests.
Dúpẹ́ (k)ò yin àwọn awo rẹ̀.	Dupe did not praise her Ifa priests.
Dúpẹ́ ò ìtíì yin àwọn awo rẹ̀.	Dupe has not begun to praise her Ifa priests.
Dúpẹ́ sọ pe òun ò níí yin àwọn awo òun.	Dupe said that she will not praise her Ifa priests.
Babaláwo ní kí Ìyàndá ó rúbọ.	The Ifa priest told Iyanda to perform a sacrifice.
Ìyàndá ní òun (k)ò níí rúbọ.	Iyanda said he will not perform a sacrifice.
Ìyàndá (k)ò rúbọ.	Iyanda did not perform the sacrifice.
Délé (k)ò kọrin.	Délé did not sing.
Délé (k)òì tíì bẹ̀rẹ̀ síí kọrin.	Dele has not started to sing.

EXERCISE KEY

Délé sọ pé òun (k)ò níí kọrin.	Dele says that he will not sing.
Mo gbọ́ ṣùgbọ́n mi ò gbà.	**I heard but I do not accept.**
A bẹ̀ ẹ́ títí ṣùgbọ́n kò gbà.	**We begged him for quite a while but he did not accept.**
A fi ọpẹ́ fún Ọlọ́run.	We give thanks to God.
Mi ò gbọ́, mi ò sì gbà.	**I did not listen, I will not accept.**

EXERCISE 4.5

Yoruba	English
Mà á lọ (sí) Ṣìkágò l'ọ́tǐnla.	**I will go to Chicago the day after tomorrow.**
Mo lọ (sí) Ṣikágò l'éṣìn.	I went to Chicago last year.
Mo lọ (sí) Níú Yọ ọ̀ki.	I want to go to New York.
Mo wọ ọkọ̀ ayọ́kẹ́lẹ́ lọ (sí) Dáláàsì.	**I went in a car to Dallas.**
Délé wọ ọkọ̀ òfúrufú lọ (sí) Jèpáànù.	**Dele went by plane to Japan.**
Mo fẹ́ lọ tajà ní Ṣìkágò l'ọ́la.	**I want to go and sell some goods in Chicago tomorrow.**
Mo wọ ọkọ̀ ojú irin lọ (sí) Ṣikágò.	I went to Chicago by train.
Mo mọ̀ pé ọkọ̀ ojú irin ni Tẹ́ní wọ̀.	I knew that Teni took the train.
Mo ti padà.	**I have returned.**
Mo ti padà *láti* Ṣikágò.	I have come back *from* Chicago.

EXERCISE KEY

LESSON 5:
5.4.2.7 Quiz

Yoruba	English
Jọ̀wọ́, jẹ́ki àbúrò rẹ wá.	Please, let your brother come.
Ó yẹ kí n jẹun.	I should eat.
Jọ̀wọ́, mo fẹ́ lọ (sí) ilé.	Please, I want to go home.
Ìwọ kìbá má tíì fún un l'ówó náà.	You should not have given him the money.
Mo (ṣ)ì ní owó díẹ̀.	I still have some money.
Ìwọ ìbá ti sọ fún un.	You should have told him.
Ìwọ kìbá má tíì lọ.	You should not have gone.
Ìwọ ìbá ti sọ fún ẹ̀gbọ́n rẹ.	You should have told your brother.
Èmí lè jó, ìwọ lè kọrin.	I can dance, you can sing.

5.4.4.4 Quiz

Yoruba	English
Mo (ṣ)i máa lówó.	I will still become rich.
Jẹ́kí àwọn ènìyàn mi lọ.	Let my people go.
Olólùfẹ́ mi, gbọ́ tèmi.	My lover, listen to me.
Jẹ́k'á jọ jó.	Let us dance.
Má paruwo.	Do not make a noise.
Jọ̀wọ́, fún mi l'ówó.	Please, give me some money.
Jọ̀wọ́, máa lọ.	Please, go away.
Jọ̀wọ́, farabalẹ̀.	Please, take it easy.
Múra s'íṣẹ́, ọ̀rẹ́ mi.	Work hard, my friend.
Múra sí ẹ̀kọ́ rẹ.	Study hard (or Face your studies).

EXERCISE 5.6

Yoruba	English
Kìniún ni ọba gbogbo ẹranko.	The lion is the king of all animals.
Mo mọ̀ wípé ejò jẹ́ ẹranko búburú.	I know that the snake is a dangerous animal.
Mo gbọ́ pé erin jẹ́ ẹranko nlá.	I heard that the elephant is a big animal.
Mo kà á wípé àwọn ẹja ní ìpẹ́.	I read that fishes have scales.
Mo sọ pé mà á lọ (sí) Ṣikágò.	I said that I will go to Chicago.
Bọ́lá ní ajá kan.	Bola has a dog.
Bọ́lá sọ pé òun ní ajá kan.	Bola sais she has a dog.
Mo gbọ́ (wí)pé Bọ́lá ní ajá kan.	I heard that Bola has a dog.
Ajáa Bọ́lá jẹ́ ẹranko jẹ́jẹ́.	Bola's dog is a gentle animal.
Mo gbọ́ (wí)pé Bọ́lá ní ajá jẹ́jẹ́.	I heard that Bola has a gentle dog.
Lọlá kígbe pé òun rí ejò.	Lola shouted that she say a snake.
Mo rí i pé ajá Òjó jẹ́ ẹranko jẹ́jẹ́.	I see (it) that Ojo's dog is a gentle animal.

EXERCISE KEY

LESSON 6

EXERCISE 6.6

Yoruba	English
Agogo mélŏ ni?	What time is it?
Agogo mẹ́rin ni.	It is four o'clock.
Agogo **méje** ni.	It is seven o'clock.
Dúpẹ́ wọ aṣọ rẹ̀.	**Dupe wears her dress.**
Dúpẹ́ wọ aṣọ skúùlù rẹ̀.	**Dupe wears her school uniform.**
Ó wọ bàtà rẹ̀.	**She puts on her shoes.**
Ó dé fìlàa rẹ̀.	**She puts on her cap.**
Ayọ̀ wọ ṣòkòtò rẹ̀.	Ayo puts on his pants.
Ó wọ ṣẹ́ẹ̀tì rẹ̀.	He put on his shirt.
Ayọ̀ ní aago-ọwọ́.	Ayo has a wristwatch.
Màma Dúpẹ́ fọ aṣọ skúùlù rẹ̀.	**Dupe's mother washes her school dress.**
Ó sá a sí oòrùn.	**She spreads it in the sun.**
Màma Ayọ̀ nlọ àwọn aṣọ ilé-ìwé rẹ̀.	Ayo's mother irons his schoolclothes.
Tíṣàa Dúpẹ́ wọ aago-ọwọ́ àti òrùka.	**Dupe's teacher wears a wrist-watch and a ring.**
Tíṣà Ayọ̀ ní kóòtù kan.	Ayo's teacher has a coat.

LESSON 7

7.4.6.2 **Quiz:**

English	Yoruba
sixth place	ibì kẹ́fà
seventh number	èèkà kéje
eighth person	ẹni kẹ́jọ
fifteenth position	ipò kárũndínlógún *tàbí* ipò ikó idi kan lé kan
seventieth man	ọkùnrin ikáàdórin *tàbí* ọkùnrin ikó idi méje
one hundred and forty-first child	ọmọ ikápò kan, àt'ìdì mẹ́rin lé kan
one thousand and fifteenth mile	máìlì ikọ́kẹ̀ kan, àt'ìdì kan l'árũn
ninety-seventh time	èrè ikẹ́tàdínláàdọ́rũn *tàbí* èrè ikó idi mẹ́sàn l' éje

---

EXERCISE KEY

EXERCISE 7.6

Yoruba	English
Màma Bólá nse ọbẹ̀.	Bola's mother is making some stew.
Màma Bólá nse ọbẹ̀ ẹ̀fọ́.	Bola's mother is making vegetable stew.
Bólá nse iṣu. O fẹ́ gún iṣu.	Bola is cooking yams. She wants to pound the yams.
Màma Bólá ra àwọn ohun-èlò ọbẹ̀.	Bola's mother bought ingredients for soup.
Màma Bólá ra ẹran, ata àti àlùbọ́sà.	Bola's mother bought meet, pepper, and onions.
Màma Bólá ní epo àti iyọ̀ ní ilé.	Bola's mother has oil and salt at home.
Bàba Bólá fẹ́ran ọbẹ̀ ẹ̀fọ́.	Bola's father loves vegetable stew.
Bólá fẹ́ran irẹsì àt'ẹran.	Bola likes rice and meat.
Màma Bólá nro ẹ̀bà fún Bólá.	Bola's mother is fixing eba for Bola.
Arábìrin Bólá nse irẹsì.	Bola's sister is cooking some rice.
Màma Bólá fẹ́ran àmàlà.	Bola mother loves amala.

LESSON 8

EXERCISE 8.5

Yoruba	English
Ọrẹ́ mi ní ilé.	**My friend has a house.**
Ọrẹ́ mi ní ilé kan sí ìlu wọn.	**My friend has a house in his hometown.**
Ilé náà dára púpọ̀.	The house is very beautiful.
Ó ní yàrá púpọ̀.	It has many rooms.
Ilé náà ní pálọ̀ nlá àti kísìnì t'ó tóbi.	**It has a large parlor and a spacious kitchen.**
Yàrá ọ̀rẹ́ mi ní bẹ́ ẹ̀dì nlá.	My friend's room has a big bed.
Pálọ̀ rẹ̀ sì ní tẹlifíṣọnù àti rédíò.	**His living room also has a television and a radio.**
Sófà méjì l'ó wà ní pálọ̀ náà.	There are two sofas in the living room.
Kọ́lá nkọ́lé kan sí Èkó.	**Kole is building a house in Lagos.**
Ilé alájà mẹ́rin ni.	It is a four-story house.
Ilé náà dàbi ààfin ọba.	**The house looks like a king's palace.**
Ilé Bàbá mi wá ní Èkó.	My father's house is in Lagos.

EXERCISE KEY

LESSON 9

9.5.1. Quiz

1	Proverb	Bí igí bá wó lu igi, t'òkè ni à nkọ́ gé.
	Translation	If one tree falls on another, the one on top is the first removed.
	Equivalent	**First things first.**
	Use	**When deciding what comes first in a list of things to do.**
2	**Proverb**	Ìjáfara l'éwu.
	Translation	Procrastination can be dangerous.
	Equivalent	**Procrastination is the thief of time.**
	Use	**When one should do something immediately and not postpone an action.**
3	Proverb	Ìjọ́ t'ó bá burú ni à nmọ ẹni t'ó fẹ́ 'ni..
	Translation	A person knows who his friends are on the day misfortune befalls him.
	Equivalent	**A friend in need is a friend indeed.**
	Use	**When a friend comes in time of need.**
4	Proverb	A kìí t'ojú ogun w'ẹ́fọ́n.
	Translation	One does not begin to search for arrows upon getting to the battlefield.
	Equivalent	**A stitch in time saves nine.**
	Use	**When one should something immediately.**

5	Proverb	Ogun àgbọ́tẹ́lẹ̀ kìí p'arọ.
	Translation	A previously announced battle does not kill the lame person.
	Equivalent	**Make hay while the sun shines.**
	Use	**To express taking action at the appropriate time.**
6	**Proverb**	**Sùúrù ni baba ìwà.**
	Translation	Patience is the father of character.
	Equivalent	**Patience conquers all.**
	Use	**When urging someone to be patient.**

EXERCISE 9.6

Yoruba	English
Bùsọ́lá ṣe ìdánwò.	Busola had an examination.
Bùsọ́lá gbọ́ èsì ìdánwò rẹ̀.	**Busola receives the results of her exams.**
Bùsọ́lá yege nínun ìdánwò rẹ̀.	Busola passed her examination.
Dàpọ̀ kùnà nínun ìdánwò rẹ̀.	Dapo failed his examination.
Inúun Bùsọ́lá dùn.	**Busola is happy.**
Bùsọ́lá nyọ̀.	**Busola is jubilant.**
Olóríire ni àwọn òbi Bùsọ́lá.	**Busola's parents are lucky people.**
Àwọn òbi Bùsọ́lá dúpẹ́ lọ́wọ́ Ọlọ́run.	Busola's parents thanked God.
Dàpọ́ gbàdúrà sí Ọlọ́run.	**Dapo prayed to God.**
Ọlọ́run gbọ́ àdúrà Dàpọ́.	God heard Dapo's prayers.
Dàpọ́ ṣe ìdánwò mĩ́ràn.	**Dapo did another examination.**
Dàpọ́ gba ìbùkún Ọlọ́run.	Dapo received God's blessing.
Dàpọ́ yege nínún ìdánwò titun.	Dapo passed the new examination.
Inúu Dàpọ́ àti ti Bùsọ́lá ndùn.	Dàpo and Busola are happy.

LESSON 10

EXERCISE 10.6

1	Idiom	láti wà ní àárọ̀ ọjọ́.
	Translation	To be in the morning time of the day.
	Equivalent	**To be in one's prime.**
	Circumstance	**At the time when one is full of vigor.**

2	Idiom	láti ṣe àyà gbààgbà.
	Translation	To expand one's chest.
	Equivalent	**To have the audacity to (do something).**
	Circumstance	**One rushes to do something without considering the danger involved.**

3	Idiom	Láti fún ìka mọ́ nkan.
	Translation	To hold tightly unto something.
	Equivalent	**To act selfishly.**
	Circumstance	**One refuses to share with others.**

4	Idiom	Láti kọ ẹ̀hìn sí ènìyàn.
	Translation	To turn one's back to a person.
	Equivalent	**To give someone a wide berth.**
	Circumstance	**When one tries to avoid another person.**

EXERCISE KEY

5	Idiom	Láti jẹ́ ẹlẹ́nu méjì.
	Translation	To have two mouths.
	Equivalent	**To be duplicitous.**
	Circumstance	**When one is deceitful.**
6	**Idiom**	**Láti gbé ìdí fún ènìyàn.**
	Translation	To lift the buttocks (stand up from a chair) for someone.
	Equivalent	**To be full of admiration for someone.**
	Circumstance	**When someone does something extraordinary.**
7	**Idiom**	**Láti ta ipá sí (nkan).**
	Translation	To kick against (an issue).
	Equivalent	**To treat someone or something with disdain.**
	Circumstance	**To show a lack of respect for (someone or something).**
8	**Idiom**	**Láti nasẹ̀.**
	Translation	To stretch the legs.
	Equivalent	**To go for a walk.**
	Circumstance	**When one tales a brief walk for relaxation.**

9	Idiom	Láti fi ogun dí ogun.
	Translation	To fight a war in retaliation for a war.
	Equivalent	**To take a revenge.**
	Circumstance	**When one seeks a retaliation for an offense committed.**
10	Idiom	Láti fi ojú sí (nkan).
	Translation	To put one's eyes into (something).
	Equivalent	**To pay attention to (some issue).**
	Circumstance	**When one needs to be more attentive to (an issue).**

EXERCISE KEY

LESSON 11
EXERCISE 11.6

Yoruba	English
Kíni mo ní tí wọ́n ní mo ní àníjù?	What do I have that people complain that I have too much?
Nínún níní ni a nní kí ẹni tí kò ní ní.	It is when we have that we pray for others to have too.
Mo ní, "mo ní Jésù. Kò níí jẹ́kí n di aláìní."	I said, "I have Jesus." He will not let me become poor.
Aláìní l'ó ní ẹni t'ó ní kò ní jẹ́kí oun ní.	It is an impoverished person that says that those that have will not let him have.
Jésù ní "ní ọwọ́ ẹni tí (k)ò ní l'a ti máa gbà fún ẹni t'ó ní."	Jesus said, "It is from the hands of those that do not have that we will take and give to those that have."
Ẹni tí ò ní, Ọlọ́run jẹ́kí ó ní. Ẹni t'ó ní, k'ó máa ní sí i.	He that does not have, may the Lord let him have. He who has, let him continue to have more.
Ní ìgbà tí mo bá ní, ma a fi níní mi yin Ọlọ́run.	Whatever I have, I will use my riches to glorify God.
Ẹni t'o ní, k'ó má fi ṣe ìgbéraga.	He who has, let him not use his riches proudly.
Ẹni tí kò ní, k'ó má ṣe sọ ìrètí nù.	He that does not have, let him not lose hope.
Ìgbàtí ó rúbọ tán, ni ó wá bẹ̀rẹ̀ síí ní.	After his sacrifice, he began to prosper.
Ó ní tí òun bá ní, òun á fi níní òun yin Ọlọ́run.	He said if he ever becomes rich, he will use his riches for God's glory.
Bí mo bá ní, Ọlọ́run l'ó ní kí n ní.	If I have, it is because God wants me to become rich.

LESSON 12

EXERCISE 12.6

Yoruba	English
Erin jẹ́ ẹranko nlá rabata.	The elephant is a very huge animal.
Bí erín bá lọ n'íbi kan, ní'jọ́ kan, ibẹ̀ á d'ọ̀nà.	If an elephant passes through a place one day, such a place becomes a road.
Bí iyá rẹ̀ bá kọjá n'íbẹ̀ ní'jọ́ kéjì, ibẹ̀ á d'òde gba-ngba.	If his mother (later) passes through there the second day, it becomes a boulevard.
Erin l'órí, ṣugbọ́n kò l'ọ́rùn.	The elephant has a head but no neck.
Àtàrí àjànọ̀kú* kìí ṣe ẹrù fún ọmọdé.	The head of the elephant is too big a load for a child to carry.
Erin ní ọwọ́ kan, ó bi ọ̀pẹ wó.	The elephant has one hand and uses it to fell a palm tree.
Ìbá ní ọwọ́ méjì, á fa ọ̀run ya bí aṣọ.	If it had two hands, he would tear down the sky like a cloth.
Ọdẹ t'ó ní òun óò p'erin, ó nfi ikú ṣeré.	The hunter who says he wants to kill an elephant is toying with death.
Erin ní, "bí o bá mọ ikú ewúrẹ́, padà l'ẹ́hìn mi."	The elephant says (to the hunter), "If you know what death befalls goats, leave me alone."
Àjànọ̀kú wo ẹ̀hìn tikọ̀ bí ẹni ọrùn ndùn.	The elephant looks back like a person with a neck pain.

àjànọ̀kú*: another name for the elephant

EXERCISE KEY

LESSON 13

13.4.4. Quiz:

Yoruba	English
Àpò ẹ̀wà jábọ́. Ó ró gbì n'ílẹ̀.	A bag of beans fell to the ground, sounding "gbì".
Kìnìún náà bú ramúramù.	The lion roared, sounding "ramúramù".
Ìbọn kékeré náà dún gbàù.	The little gun sounded "gbau".
Ìyawó rẹ̀ rẹ́rìn músẹ́n.	His wife smiled "músẹ́n".
Ọmọ náà rẹ́rìn kéèkéè.	The child laughed "kéèkéè".
Bàbá Òjó nmi fìin.	Ojo's father is breathing heavily, sounding "fiin".

EXERCISE 13.6

Yoruba	English
Wà á gbó.	You will live long.
Wà á tọ́.	You will last long.
O ò ní jẹ gbígbóná.	You will not live a hot (troubled) life.
Ilé kò ní lé ọ.	You will not be ejected from your house.
Aàfin rẹ kò ní kọ̀ ọ́.	Your palace will not reject you.
Ọ̀nà kò ní nà ọ́.	Nothing will hinder your freedom of movement.
Eyí tí ò nrò á fìn.	Whatever your plans, they will succeed.
Ikú kò ní fi ilé rẹ s'ọ̀nà.	Death will not pass through your house.
Arùn kò ní gbé ọ dè.	Disease will not lay you low.
Eléègbé ọ̀run ko ní gbé ọ l'ọ́mọ lọ.	Death's angel will not take your children away.
O kò ní rí ibi "wá gbà'jẹ," bí ẹran.	You will never suffer the humiliation of being called to "come and eat food," like an animal.
Ojú kò ní fọ́ mọ́ ọ l'órí.	Your eye will not suffer blindness.
Ọmọ kò ní kú mọ́ ọ l'ójú.	No child of yours will vanish from your sight.

EXERCISE KEY

Yoruba	English
Ayá kò níi yà ọ́.	Your wives will not desert you.
Àlògbó, àlòtọ́ ni ológbò nlo aṣọ.	A cat's fur lasts till old age.
Àlògbó, àlòtọ́ ni ìwọ yóò lo orí rẹ.	So shall you enjoy luck till you become old.

LESSON 14

14.4.2.1 Quiz

Yoruba	English
Lọlá ní ọmọ méjì, Táyọ̀ àti Kíkẹ́.	Lola has two children, Tayo and Kike.
Àt'orí rẹ̀, àt'ẹsẹ̀ rẹ̀, èmi ni mo ni gbogbo rẹ̀.	**Both the head and the feet, I own all of it. (I own it lock, stock, and barrel).**
T'ọkàn, t'ara ni mo fi fẹ́ràn rẹ.	**I love you with both my heart and my body (I love you with all my heart).**
Kúnlé àti Bọ́lá sọ pé wọ́n fẹ́ràn Ọlọ́run.	Kunle and Bola said that they love God.
Kúnlé àti Ayọ̀ sọ pé wọ́n nlọ ilé-ìwé.	Kunle and Ayo said that they were going to school.
Èmi àti Ayọ̀ fẹ́ lọ wo sinimá.	**I and Ayo are going to see a movie.**

EXERCISE KEY

14.4.6.1 **Quiz**

Yoruba	English
Bí kò bá nídìí, ìyàwó rẹ̀ kò ní bínú.	If there was no reason, his wife would not be angry.
Bí mo ṣé, bí mi ò ṣé, ọ̀gá mi á bá mi wí.	Whether I do it or I don't do it, my master will scold me.
Bí a ṣe wọ ṣọ́ọ̀ṣì, ni a rí àlùfáà.	As we came into the church, we saw the priest.
Bí mo ṣe dé ilé ni mo gbọ́ ikú bàbá Àjàní.	As soon a I got home, I heard about Ajani's father's death.
B'ó lọ, bí (k)ò lọ, wọ́n á fi ìyà jẹ ẹ́.	Whether or not he goes, he will be punished.
Bí mo ṣe njáde n'ílé, ni mo bá obìnrin arẹwà kan pàdé	As I was leaving my house, I met one beautiful lady.
Bí Ọlọ́run bá fẹ́, mà a lówó	If God wants, I will be rich.

14.4.9.2 Quiz

Yoruba	English
Nítorí adití ni òjó ṣe nṣú.	On account of the deaf, the clouds gather.
Nítorí afọ́jú ni òjó ṣe nkù.	On account of the blind, the rain threatens.
Mà á lọ, ṣùgbọ́n mà á padà.	I will go, but I will come back.
Mo gbọ́, ṣùgbọ́n mi ò gbà.	**I heard, but I do not accept.**
O l'ójú, ṣùgbọ́n o (k)ò lè ríran.	You have eyes, but you cannot see.
Bótilẹ̀jẹ́pé o l'ójú, o (k)ò lè ríran.	Although you have eyes, you cannot see.

14.5.3.1 Quiz

Yoruba	English
Ó gbọ́n bí Ifá.	He is as wise as Ifa.
Mọṣálaṣí wọn wà l'ọ́nà Aké.	Their mosque is on the way to Aké.
Ó ngbé l'ẹ́bà òdò	He lives near a river.
Ó nkọja l'ójúde ààfin ọba.	He passes outside the king's palace.
Ó nlọ ilé-ìwé ní ìlu wa.	He goes to school in our town.
Ó wá láti ipínlẹ̀ Ondó.	**He comes from Ondo State.**
Kanò wà l'ókè Odò Ọya.	**Kano is up the River Niger.**

EXERCISE KEY

EXERCISE 14.6

Yorùbá gẹ́gẹ́bí èdè àkọ́kúntẹni **Yoruba as a Second Language**
Àwọn ìṣòro t'ó wà nínún kíkọ́ èdè Yorùbá gẹ́gẹ́bí èdè àkọ́kúntẹni pọ̀ díẹ̀. **The difficulties existing in learning Yoruba as a second language are many.**
Ìkínní. Bótilẹ̀jẹ́pé ní báyĩ́, àwọn tí o gba oyè nínú èdè Yorùbá àti bí a ṣe nkọ́ ọ ti pọ̀, síbẹ̀, ó jẹ́ oun ìṣòro láti rí àwọn olùkọ́ láti kọ́ èdè Yorùbá ní àwọn ìlú òkèèrè. **First: Although there are presently many people with degrees in Yoruba language and how it is taught, it is difficult to find teachers to teach Yoruba in distant lands.**
Ìkéjì. Ìwọ̀nba ìwé díẹ̀ ló ṣì wà lórí àtẹ fún kíkọ́ èdè Yorùbá gẹ́gẹ́bí èdè àkọ́kúntẹni. **Second: There are presently only a few books available for teaching Yoruba as a second language.**
Ìkẹta. Ọ̀pọ̀lọ́pọ̀ àwọn olùkọ́ ni ó ní ìfẹ̀ sí kíkọ iwé lórí èdè Yorùbá, ṣùgbọ́n wọn kò rí òntẹ̀wé láti bá wọn gbé e jáde. **Third: A lot of teachers would love to write books on Yoruba, but they cannot find publishers to help them.**
Ìkẹ́rin. Ọ̀pọ̀lọ́pọ̀ ohun èlò tí àwọn olùkọ́ lè lò láti mú kíkọ́ èdè yĩ́rọrùn fún àwọn akẹ́kọ̀ọ́ ni ó ṣọ̀wọ́n ní àwọn ilé-ẹ̀kọ́ tí wọ́n nkọ́ ọ bí èdè àkọ́kúntẹni. **Fourth: Much of the equipment that teachers need to facilitate teaching this language are scarce in those schools where Yoruba is taught as a second language.**
Lákòtan, Àwa tí a ní ìfẹ̀ nínún kíkọ́ èdè Yorùbá gẹ́gẹ́bí èdè àkọ́kúntẹni ní ilẹ̀ Amẹ́ríkà àti Yúróòpù níláti ṣe akitiyan láti rí i pé a borí àwọn ìṣòro wọ̀nyì. **In conclusion, those of us who have interest in teaching Yoruba as a second language in America and Europe must endeavor to see that we overcome these difficulties.**

LESSON 15

EXERCISE 15.6

The Story of How Tortoise Became Bald **Ìtàn bí Ìjàpá ṣe pá l'órí**
One day, Tortoise went to visit his in-laws. **Ní ọjọ́ kan, Ìjàpá lọ kí àwọn àna rẹ̀.**
Tortoise met his mother-in-law making a pot of porridge. **Ìjàpá bá ìyá aya rẹ̀ níbìtí ó ti nro àṣáró.**
His mother-in-law invited him to dinner but Tortoise declined, saying he already ate. **Ìyá aya rẹ̀ pe Ìjàpá kí ó wá bá wọn jẹun ṣùgbọ́n Ìjàpá kọ̀. Ó ní òun ti jẹun tẹ́lẹ̀.**
While his hosts briefly stepped out, Tortoise quickly removed his cap, put a portion of the hot porridge into it and put it back on. **Bí àwọn àna Ìjapá ṣe jáde sí'ta, Ìjàpá yára bọ́ fìlà rẹ̀, ó bu àṣáró gbígbóná sí inún rẹ̀. Ó sì dé e padà.**
When his in-laws came back, he told them he was leaving, but they urged him to wait a while. **Ìgbà tí àwọn àna rẹ̀ padà, ó sọ fún wọn pé òun fẹ́ máa lọ, ṣùgbọ́n wọ́n bẹ̀ ẹ́ kí ó dúró díẹ̀.**
"How is Yanibo, your wife?" his mother-in-law asked. **"Yánibo, ìyàwó rẹ nkọ́?" ìyá aya rẹ̀ béèrè.**
"She is alright," Tortoise replied. **"Àláfià l'ó wà," Ìjàpá dáhùn.**
"How are your children?" his father-in-law inquired. **"Àwọn ọmọ yín nkọ́?" bàbá aya rẹ̀ bi í.**
"My head is hot," Tortoise screamed. **"Ori mi gbóná!" Ìjàpá kígbe.**
"You are sweating," the mother-in-law observed. "why don't you take off you cap?" **"O nlàágùn." Ìyá aya rẹ̀ ṣe àkíyèsí. "O ò ṣe bọ́ fìlà rẹ?"**

EXERCISE KEY

"No," Tortoise refused, insisting that he had to leave. By then, the heat of the porridge had already burned his scalp.	
"Rárá," Ìjàpá takú, ó ní dandan, òun níláti lọ. Ní ìgbà yí, igbóna àṣáró ti bó orí rẹ̀.	
When Tortoise got home all the hair on his head had fallen off, leaving a big sore.	
Ìgbà tí Ìjàpá délé, gbogbo irun orí rẹ̀ ti re bọ́. Ó wá ku egbò nlá.	
When the sore healed, that portion of his head could not grow hair any more.	
Ìgbà tí egbò ibi orí rẹ̀ jiná tán, orí Ìjàpá kò lè hu irun mọ́.	
This is the reason why, through today, Tortoises are bald.	
Ìdí rẹ̀ ni èyí tí Ìjàpá fi pá l'órí títí tí ó fi di òní.	

GLOSSARY ENGLISH-YORUBA

BEGINNER'S YORUBA

GLOSSARY ENGLISH-YORUBA

ENLISH	YORUBA	LESSON
accountancy	ẹ̀kọ́ ìṣírò-owó	10
accountant	aṣírò-owó	10
Africa	Áfiríkà, Ilẹ̀ẹ̀-Áfiríkà	6
African dyed cloth	àdirẹ	15
afternoon	ọ̀sán	3
algebra	ọljíbirà, ẹ̀kọ́ ìṣírò-àmì	3
all	gbogbo	12
ambassador	aṣojú, àmbásẹ́dọ̀	9
America	Amẹ́ríkà	6
and	àti	4
animal	ẹranko	8
answer	èsi, idáhùn	9
application	iwé-ìbẹ̀wẹ̀, aplikéṣọ̀n	9
apply	àpláì	9
Arabic script	kéú, kéwú	12
arm	apá	2
Asia	Éṣíà	6
attain independence	gba òmìnira	6
awake	jí	1
bachelor	báṣẹ́lọ̀	7
ball	bọ́ọ̀lù	8
baptismal name	orúkọ isàmì	2
bard	eléwì	15
basketball	básíkẹ́tì bọ́ọ̀lù	8
be familiar	mọra	7
bean	ẹ̀wà	15
bean cake	àkàrà	15

bean pudding	ọ̀ọ̀lẹ̀, ọ̀lẹ̀lẹ̀, mọ́ínmọ́ín	15
beautiful	dáradára	12
become free	gba òmìnira	11
beer, alcoholic drink	ọtí, bìà	15
better (than)	láti sàn (ju), lati bẹ́tà (ju)	15
biology	ẹ̀kọ́ ẹda-oníyè, bàọ́lọ́jì	3
bird	ẹyẹ	8
biscuit	bisikíitì	7
bishop	bíṣọ́ọ̀bù	12
black	dúdú	6
book	ìwé	9
brass worker	onídẹ	13
bread	búrẹ́dì	7
bribe	owó-ẹ̀hìn, ribá	11
burial ceremony	ìsìnkú	15
bus	bọ́ọ̀sì	15
business	òwò, bísínẹ́ẹ̀sì	10
business place	iléeṣẹ́	11
business studies	ẹ̀kọ́ nípa òwò, ẹ̀kọ́ iṣòwò,	10
businessman	oníṣòwò	4
but	àmọ́, ṣùgbọ́n	4
butter	bọ́tà	7
buy (goods)	rajà	4
buying on credit	ìràwìn	10
byte	ikin-kọ̀mpútà	10
capital for business	owó-òwò	11
car	káà	4
carver	ọlọ́nà	13
cassava flour	láfún	15
cassava gruel	ẹ̀bà	15
cathedral	kátídráàlì	12

253

celebration	ọdún	15
central processing unit	ọpọlọ- kọ̀mpútà	10
century	ọ̀rún-dún	4
chemistry	ẹ̀kọ́-ẹ̀là, kẹ́místìrì	3
Chicago	Ṣikágò	2
chief	ìjòyè, olóyè	13
child	ọmọ	1
cholera	onigbameji	14
Christmas	Kérésìmesì	15
church	ṣọ́ọ̀ṣì	12
cinema	ilé-ìran, sinimá	5
city	ìlú-nlá	5
class	ilé-ìkọ́wẹ̌kíláàsì,	13
clinic	àgọ́-ìwòsàn	14
cloth	aṣọ	5
cold	tútù	12
come	wá	1,2
come back	dé, bọ̀	1,2
company	iléeṣẹ́, kọ́mpìnì	10
competition	eré-ìje	8
computer keybooard	ika-kọ̀mpútà	10
computer	ẹ̀rọ-ìṣírò, kọ̀mpútà	10
computer disc	awo-kọ̀mpútà	10
computer language	èdèe- kọ̀mpútà	10
computer screen	agbòji- kọ̀mpútà	10
cough	ikọ́	14
craftsman	oníṣẹ́-ọwọ́	10
crawling bug	kòkòrò	6
crowned king	ọba-aládé	13
cry	ké	2
cubic (volume)	iwọ̀n-àyè	4

GLOSSARY ENGLISH-YORUBA

custom	orò	15
cycling	kẹ̀kẹ́-gígùn	8
dark, black	dúdú	12
dawn	àfẹ̀mọ́jú	4
day	ọjọ́	4, 7
debt	igbèsè	10
dining hall	ilé-onjẹ	5
doctor	oníṣègùn, dókítà	3, 14
dormitory	ilé-ìsùn, dọ́mítìrì	5
dusk	àṣálẹ́	3
ear	etí	2
Easter	Àjínde	15
eat	jẹ	2
economics	ẹ̀kọ́ ètò-ọrọ̀, ẹ́kọnọ́míikìsì	3
Eegun Festival	ọdún Eégún	15
embassy	ilé-aṣojú, ẹ́mbásì	9
engage business	iṣòwò	9
England	Ìlú-Oyìnbó	6
English	Íngílíìṣì	3
enormous	gọbọyi	12
envelope	àpòòwé	9
Europe	Yúróòpù	6
evening play	eré-òṣùpá	8
evil, bad	búburú, burúkú	12
examination	ìdánwò	6
expenditure	owó-jíjáde	11
export (goods)	tajà-sókèèrè	4
eye	ojú	2, 6
face	ojú, ìwá-ojú	6
factory	ilé-iṣọ̀pọ̀	11

farm	oko	13
farm settlement	ìletò	13
father	baba	1
fee for land	ìṣákọ́lẹ̀	11
fee for service	òyà	11
feet	ìwọn-ẹsẹ̀	4
fever	ibà	14
field	òdàn-ìṣeré, pápá-ìṣeré, fíìdì	5
fish	ẹja	8
food	onjẹ	7
foot	ẹsẹ̀	4
football	futubọ́ọ̀lù	8
force	ipá	9
forest	igbó	4
freedom	òmìnira	11
fried ripe plantain	dòdò	15
friend	òrẹ́	2
furlong	òréré	4
game of ayo	eré-ayò	8
geography	ẹ̀kọ́ ilẹ̀-ayé	3
geometry	ẹ̀kọ́ ilẹ̀-wíwọ̀n	3
germs	ẹ̀yà-afàìsàn	14
Ghana	Ilẹ̀ Àgànyìn, Gánà	6
give	fún	1
give birth	bí	1
given name	orúkọ abísọ	1
go	lọ	2
God	Ọlọ́run	1
god of healing	Òsányìn	14
golf	gọ́ọ̀fù	8
maize gruel	ẹ̀kọ	15

GLOSSARY ENGLISH-YORUBA

happiness	ayọ̀, ìdùn-nú	1,3
happiness	inú-dídùn	3
Hausa language	èdè Haúsá	1
have	ní	2
head	orí	2
here	níbí	5
high jump	ìfò	8
history	ẹ̀kọ́ ìtàn-àkọọ́lẹ̀	3
hole	ihò	6
hookworm	jàgbàyà	14
horseplay	eré-ipá, eré-líle	8
hospital	ilé-ìwòsàn, ọsipítù	14
hour	wákàti	15
house	ilé	2
house rent	owó-ilé	11
Ibo language	èdèe Íbò	1
import (goods)	rajà-lókèèrè	4
important, big	nlá, pàtàkì	12
income	owó-wíwọlé	11
infection	ìkárùn	14
intercourse (sexual)	eré-ọmọ	8
interview (someone)	áti bẹ (èniyàn) wò	1
interview	ìbẹ̀wò	10
javelin	ọ̀kọ̀-sísọ	8
Jesus	Jésù	12
king	ọba	13

lagoon	ọ̀sa	6
land	ilẹ̀	6
leap year	ọdún-lé	4
learn	kẹ́kọ̀	3
leg	irẹ̀	2
leprosy	ẹ̀tẹ̀	14
letter	lẹ́tà	9
library	láíbrárì	5
liter	lítà	4
London	Ìlú-Ọba, Lọ́-ndọ̀nù	6
long-sleeved agbada	dà-ndógó	7
love	ìfẹ́	3
man's large gown	agbádá	15
male/female garment	bùbá	15
married woman	adélébọ̀	7
market	ọjà	4
Mary	Màríà	12
mathematics	ìṣírò	3
measurement	ìwọ̀n	4
medical practitioner	dókítà	14
medicine	oògùn	14
meet	bárapàdé, míitì	4
meeting	ìpàdé, mítìnì	15
midwife	agbèbí	14
mile	ibùsọ̀, máìlì	4
minute	ìṣẹ́jú	4
Mohammed	Mọ́nmọ̀n, Mọ̀ọ́mọ́dù	12
money	owó	2
month	oṣù	4,7

GLOSSARY ENGLISH-YORUBA

morning	àárọ̀	3
mother	ìyá	1
mouth	ẹnu	2
much, many	púpọ̀	12
muddy ground	ẹrọ̀fọ̀	6
museum	ilé-ọnà, mùsíọ̀mù	5
music	eré-orin	8
musician	onílù	8
Naira	Náírà	7
naming ceremony	ìkómọ, ìsọmọlórúkọ	15
native medicine man	babaláwo	14
nearby	ìtòsí	7
neighborhood	àdúgbò, àgbèègbè, éríà	7
new	titun tuntun	12
Niger River	Òdò Ọya	6
Nigeria	Nàìjíríà	6
Nigerian	ọmọ Nàìjíríà, Nàìjá	6
nightfall	ìrọ̀lẹ́	3
no	bẹ́ẹ̀kọ́, Ó tì, rárá	7
nurse	olùtọ́jú-aláìsàn, nọ́ọ̀sì	14
office	ọ́fíìsì	11
over there	lọ́hìn	5
palm wine	ẹmu	13
Pardon me	Ẹ jọ̀wọ́	7
park	ọgbà-ìṣeré, páàkì	7
party	patí	15
passport	ìwé-ìròkèèrè, pásípọ́ọ̀tù	9

threepence	tọ́rọ́	6
penny	kọ́bọ̀	7
physics	ẹ̀kọ́ ẹdá, fisiikisi	3
pit	kòtò	6
plan	èrò, pláànù	6
plan	pèrò, pláànù	6
plane	ọkọ̀-òfúrufú	4
plane	pléèni	5
Please	Ẹ dákun, Ẹ jọ̀wọ́	7
pope	póòpù	12
post office	ọ́fíìsì-onílẹ́tà, posọ́fíìsì	9
postman	apínlẹ́tà	9
pound	pọ́un	7
pounded yam	iyán	15
power	igbóra	9
prepared	múra	14
priest	àlùfáà	12
Professor	ọ̀jọ̀gbọ́n	1
progress	lọsíwájú	2
projectile	òkò	8
railway (train)	rélùwéè	5
raphia palm wine	ògùrọ̀	15
read (a book)	kàwé	3
red	pupa	6
religion	ẹ̀sìn, igbàgbọ́, rilíjìọ̀nù	3
religious studies	ẹ̀kọ́ nípa igbàgbọ́	3
reply	èsì, ripláì	9
response	èsì, idáhùn	9
rice	irẹsì	15

GLOSSARY ENGLISH-YORUBA

salary	owó-oṣù, sálári	11
say (that)	ní, sọ (pé)	1
school beyond high school	ilé-ẹ̀kọ́ gíga	1
schoolchild	ọmọ ilé-ìwé	1
sea	òkun	6
second	ìṣíṣẹ̀	4
sedan	ọkọ̀-ayọ́kẹ́lẹ́	4
see	rí	1,2
sell (goods)	tajà	4
selling on credit	ìtàwìn	10
senior teacher	olùkọ́-àgbà	1
shilling	ṣílè	6
shoe	bàtà	7
shop	ilé-ìtajà, ṣọ́ọ̀bù	4
shotput	òkò-jíjù	8
singer	olórin	6
sixpence	sísì	6
sleep	sùn	2
small	kékeré	2
smallpox	ṣọ̀pọ̀ná	14
soccer	sọ́kà, bọ́ọ̀lù	8
sports	eré-ìdárayá	8
stage play	eré orí-ìtàgé	8
stale palm wine	ìṣà	15
stamp	òòtẹ̀ẹ̀-lẹ́tà, stámpù	9
stomach	ikùn	2
store	stọ́ọ̀	4
street	àdúgbò	7
student	akẹ́kọ̀	1
subject	sọ́bujẹ́ẹ̀tì	10
surname	orúkọ ìdílé	2
swimming	ìlùwẹ̀	8

BEGINNER'S **YORUBA**

tax	owó-òde, owó-orí	11
teach	kọ́ (ènìyàn), tíìṣì	3
teacher	olùkọ́, tíṣà	1
telephone	tẹlifóònù	7
television	tẹlifíṣọ̀nù	7
tennis	tẹ́níìsì	8
thankfulness	ọpẹ́	1
then	ìgbànáà	5
there	níbẹ̀	5
time	àkókò	4
timepiece, time	aago	7
title	oyè	1
train	ọkọ̀ ojú-irin, tréènì	4,5
training for a craft	ikọ́ṣẹ́, tírénì	11
transport vehicle	ọkọ̀-akérò	4
trousers	ṣòkòtò	15
truck	ọkọ̀- akẹ́rù	4
tuberculosis	jẹdọ̀jẹ̀dọ̀	14
typhoid fever	jẹ̀funjẹ̀fun	14
village	abúlé	13
village head	ọlọ́jà	13
virgin	wúndíá	7
visa	ìwé-ìwọlé, físà	9
vitamin	ajíra	14
wage	owó-iṣẹ́	11
wealth	ọlá	1
week	ọ̀sẹ̀	4
well	kànga	6

GLOSSARY ENGLISH-YORUBA

when (question)	ìgbàwo	5
when (statement)	ìgbàtí	5
white	funfun	12
wide-armed gown	dànṣíkí	15
wine	wáìnì	13
with	pẹ̀lú	5
woman's wrap	ìró	15
woman's outer wrap	ìborùn	15
woman's outer wrap	ìpèlé	15
wrestling	gídígbò, ijẹkẹ	8

yam flour	àmàlà	15
yard	ọ̀pá, yáàdì	4

year	ọdún	7
yes, madame	yẹsìmà	9
yes	bẹ́ẹ̀ni	7
yes, sir	bẹ́ẹ̀ni sà, yẹsà	9
Yoruba language	èdèe Yorùbá	1

GLOSSARY YORUBA-ENGLISH

BEGINNER'S YORUBA

GLOSSARY YORUBA -ENGLISH

YORUBA	ENGLISH	LESSON
aago	timepiece, time	7
àárọ̀	morning	3
abúlé	village	13
adélébọ̀	maried woman	7
àdirẹ	African dyed cloth	15
àdúgbò	street	7
àfẹ̀mọ́jú	dawn	4
Áfiríkà	Africa	6
agbára	energy	9
agbèbí	midwife	14
agbòji-kọ̀mpútà	computer screen	10
àgọ́-iwòsàn	clinic	14
ahọ́n	tongue	2
Àjínde	Easter	15
ajíra	vitamin	14
àkàrà	bean cake	15
akéwì	bard	15
akẹ́kọ̀	student	1
àkókò	time	4
aláwo native	medicine man	14
àlùfáà	priest	12
àmbásẹ́dọ̀	ambassador	3
Amẹ́ríkà	America	6
àmọ́	but	4
apá	arm	2
apínlẹ́tà	postman	9
àplái	apply	9
aplikéṣọ̀n	application	9
àpòòwé	envelope	9

aṣọ	cloth	5
àṣálẹ́	dusk	3
àṣàyàn-ẹ̀kọ́	subject	3
aṣìrò-owó	accountant	10
aṣojú	ambassador	9
àti	and	4
awo-kọ̀mpútà	computer disc	10
ayọ̀	happiness	1
báṣẹ́lọ̀, àpọ́n	bachelor	7
babaláwo	native medicine man	14
bàọ́lọ́jì	biology	3
bárapàdé	meet	4
básíkẹ́tìbọ́ọ̀lù	basketball	8
bàtà	shoe	7
bẹ (èniyàn) wò	to interview (someone)	1
bẹ́ẹ̀kọ́	no	7
bẹ́ẹ̀ni Ma	Yes, madame	9
bẹ́ẹ̀ni sà	Yes, sir	9
bẹ́ẹ̀ni	yes	7
bẹ́tà (ju)	to be better (than)	15
bí	to give birth	1
bíṣọ́ọ̀bù	bishop	12
bisikíìtì	biscuit	7
bísínẹ́ẹ̀sì	business	10
bọ̀	to come back	2
bọ́ọ̀lù	ball	8
bọ́ọ̀sì	bus	5
bùbá	male or female garment	15
búburú	evil, bad	12
búrẹ́dì	bread	7

BEGINNER'S **YORUBA**

burúkú	evil, bad	12
dà-ndógó	long-sleeved agbada	15
dànṣíkí	wide-armed gown	15
dáradára	beautiful	12
dé	to come back	1
dòdò	fried ripe plantain	15
dókítà	doctor	3
dókítà	medical practitioner	14
dọ́mítìrì	dormitory	5
dúdú	dark, black	12
Éṣíà	Asia	6
èdè Haúsá	Hausa language	1
èdèe Íbò	Ibo language	1
èdèe Yorùbá	Yoruba language	1
èdèe-kọ̀mpútà	computer language	10
ehín	tooth	2, 6
eléwì	bard	15
ènìyàn-dúdú	African	6
eré-ọmọ	sexual intercourse	8
eré-ayò	game of ayo	8
eré-ìdárayá	sports	8
eré-ìje	competition	8
eré-ipá	horseplay	8
eré-líle	horseplay	8
eré-òṣùpá	evening play	8
eré-orin	music	8
éríà	neighborhood	7
èrò	plan	6
èsì	reply, answer, response	9
ètè	lip	2
etí	ear	2

GLOSSARY YORUBA-ENGLISH

ẹ̀bà	cassava gruel	15
Ẹ dákun	Please	7
ẹja	fish	8
Ẹ jọ̀wọ́	Pardon me	7
ẹ̀kọ	maize gruel	15
ẹ́kọnọ́míikìsì	economics	3
ẹ̀kọ́ ẹ̀dá	physics	3
ẹ̀kọ́ ẹ̀da-oníyè	biology	3
ẹ̀kọ́ ètò-ọrọ̀	economics	3
ẹ̀kọ́ ìṣírò-àmì	algebra	3
ẹ̀kọ́ ìṣírò-owó	accountancy	10
ẹ̀kọ́ ìṣòwò	business studies	10
ẹ̀kọ́ ilẹ̀-ayé	geography	3
ẹ̀kọ́ ilẹ̀-wíwọ̀n	geometry	3
ẹ̀kọ́ ìtàn-àkọọ́lẹ̀	history	3
ẹ̀kọ́ nípa igbàgbọ́	religious studies	3
ẹ̀kọ́ nípa òwò	business studies	10
ẹ̀kọ́-ẹ̀là	chemistry	3
ẹ́mbásì	embassy	9
ẹmu	wine (palm wine)	15
ẹranko	animal	8
ẹ̀rọ-ìṣírò	computer	10
ẹrọ̀fọ̀	muddy ground	6
ẹsẹ̀	leg	2
ẹ̀tẹ̀	leprosy	14
ẹ̀wà	bean	15
ẹ̀yà-afàìsàn	germs	14
ẹyẹ	bird	8
fíìdì	field	5
físà	visa	9
físíikìsì	physics	3

fún	to give	1
funfun	white	12
futubọ́ọ̀lù	football	8
gídígbò	wrestling	8
gọbọyi	enormous	12
gọ́ọ̀fù	golf	8
gba òmìnira	to become free	11
gbogbo	all	12
ibà	fever	14
ibẹ̀wò	interview	14
ibí	here	5
iborùn	woman's wrap	15
ibùsọ̀	mile	4
idánwò	examination	6
idí	buttocks	2
idí	reason	5
idùn-nú	happiness	3
ifẹ́	love	3
ifò	high jump	8
igbákejì-Òrìṣà	Orisha's deputy (on Earth)	13
igbànáà	then	5
igbàtí	when (statement)	5
igbàwo	when (question)	5
igbèsè	debt	10
igbó	forest	4
igbóra	power	9
ihò	hole	6
ijẹkẹ	wrestling	8
ika-kọ̀mpútà	computer keyboard	10

GLOSSARY YORUBA-ENGLISH

ikárùn	infection	14
ikin-kòmpútà	byte	10
ikọ́	cough	14
ikọ́ṣẹ́	training, apprenticeship	11
ikómọ	naming ceremony	15
ikùn	stomach	15

Ilẹ̀ Àgànyìn	Ghana	6
ilẹ̀	land	6
ilé-aṣojú	embassy	9
ilé-ọnà	museum	5
ilé-ẹ̀kọ́ gíga	school beyond high school	1
ilé-iṣọ̀pọ̀	factory	11
ilé-ikọ́wĕ	class	5
ilé-ìran	cinema	6
ilé-ìsùn	dormitory	6
ilé-ìtajà	shop	4
ilé-ìwòsàn	hospital	14
ilé-onjẹ	dining hall	5
iléeṣẹ́	business place, company	11
ìletò	small village	13
Ilẹ̀ẹ̀-Áfiríkà	Africa	6
ìlú	town	13
ìlú-nlá	city	13
Ìlú-Oyìnbó	England	6
ilùwẹ̀	swimming	8
imú	nose	2
infẹ́kṣọ̀n	infection	14
ingíliişì, èdèe Gẹ̀ẹ́sì	English	3
intafíù	interview	10
inú-dídùn	happiness	3
ipá	force	9

ipàdé	meeting	15
ipèlé	woman's outer wrap	15
iràwìn	buying on credit	10
iró	woman's wrap	15
iròlẹ́	nightfall	3
irẹsì	rice	15
ìsọmọlórúkọ	naming ceremony	15
ìsìnkú	burial ceremony	15
ìṣà	stale palm wine	15
iṣákọ́lẹ̀	fees paid for rent of land	11
ìṣẹ́jú	minute	4
ìṣírò	mathematics	3
ìṣísẹ̀	second	4
ìṣòwò	engaging in business	9
itàwìn	selling on credit	10
ìtòsí	nearby	7
ìwé-ìbẹ̀wẹ̀	application	9
ìwé-ìròkèèrè	passport	9
ìwé-ìwọlé	visa	9
ìwọ̀n	measurement	4
ìwọ̀n-àyè	cubic (volume)	4
ìyá	mother	1
iyán	pounded yam	15
jàgbàyà	hookworm	14
jẹ	to eat	2
jẹ̀dọ̀jẹ̀dọ̀	tuberculosis	14
jẹ̀funjẹ̀fun	typhoid fever	14
Jésù	Jesus	12

GLOSSARY YORUBA-ENGLISH

jí	to wake	1
jọ́gíráfì	geography	3
jọ́mẹ́tìrì	geometry	3
kànga	well	6
kátídráàlì	cathedral	12
kàwé	to read (a book)	3
ké	to cry	2
kẹ́kọ́	learn	3
kẹ̀kẹ́-gígùn	cycling	8
kékeré	small	2
kẹ́místìrì	chemistry	3
Kérésìmesì	Christmas	3
kéú, kéwú	Arabic script	12
kíláàsì	class	13
kọ́bọ̀	penny	7
kòkòrò	crawling bug	6
kọ́mpìnì	company	10
kọ̀mpútà	computer	10
kòtò	pit	6
lọ	to go	1
lọsíwájú	to progress	2
láfún	cassava flour	15
láíbrárì	library	5
lẹ́tà	letter	14
lítà	liter	4
lọ́hìn	over there	5

mọra	be familiar	7
máìlì	mile	4
Màríà	Mary	12
míìtì	meet	4
mítà	meter	4
mítìnì	meeting	15
mọ́ínmọ́ín, ọ̀ọ̀lẹ̀	bean pudding	15
Mọ́nmọ̀n	Mohammed	12
Mọ̀ọ́mọ́dù	Mohammed	12
múra	to be prepared	14
mùsíọ̀mù	museum	5
Nàìjá	Nigerian	6
Nàìjíríà	Nigeria	6
náírà	naira	15
níbẹ̀	there	5
níbí	here	5
ní	to have	11
ní	to say	11
nlá	important, big	12
nọ́ọ̀sì	nurse	14
Ó tì	no	7
oṣù	month	4
oṣù	month	7
Òdò Ọya	Niger River	6
ògùrọ̀	raphia palm wine	15
ojú	eye	2, 6
oko	farm	13
òkò	projectile	8
òkò-jíjù	shot put	8
òkun	sea	6

GLOSSARY YORUBA-ENGLISH

olórin	singer	6
olùkọ́	teacher	1
olùkọ́-àgbà	senior teacher	1
olùkọ́ni	teacher	1
olùtọ́jú-aláìsàn	nurse	14
òmìnira	freedom, independence	11
oníṣẹ́-ọwọ́	craftsman	10
oníṣègùn	doctor	14
oníṣòwò	businessman	4
onídẹ	brass worker	13
onígbáméjì	cholera	14
onílù	musician	8
onjẹ	food	7
oògùn	medicine	14
òòtẹ̀ẹ́-lẹ́tà	stamp	9
orí	head	2
orò	custom	15
orúkọ abísọ	given name	1
orúkọ ìdílé	surname	1
orúkọ ìsàmì	baptismal name	1
òwò	business	10
owó	money	2
owó-ẹ̀hìn	bribe	11
owó-iṣẹ́	wage	11
owó-ilé	house rent	11
owó-jíjáde	expenditure	11
owó-oṣù	salary	11
owó-òde	tax	11
owó-orí	tax	11
owó-òwò	capital for business	11
owó-wíwọlé	income	11
oyè	title	7

Yoruba	English	Page
ọba	king	13
ọba-aládé	crowned king	13
ọdún	celebration	15
ọdún Eégún	Eegun Festival	15
ọdún Ogún	Ogun Festival	15
ọdún	year	7
ọdún-lé	leap year	7
ọdún tuntnn	New Year	12
ọgbà-iṣeré	park	7
ọjà	market	4
ọjọ́	day	7
ọkọ̀ ojú-irin	train	4
ọkọ̀-akérò	transport vehicle	4
ọkọ̀-akẹ́rù	truck	4
ọkọ̀-ayọ́kẹ́lẹ́	sedan	4
ọkọ̀-òfúrufú	plane	4
ọlá	wealth	1
ọljíbìrà	algebra	3
ọlọ́jà	village head	13
ọlọ́nà	carver	13
Ọlọ́run	God	1
ọmọ	child	1
ọmọ ilé-ìwé	schoolchild	1
ọmọ Nàìjíríà	Nigerian	6
ọmún	breast	14
ọpọlọ-kọ̀mpútà	central processing unit	10
ọpẹ́	thankfulness	1
ọsipítù	hospital	14
ọtí	beer, alcoholic drink	15
ọ̀dàn-iṣeré	field	5
ọ́fíìsì	office	11

GLOSSARY YORUBA-ENGLISH

ọ́fíìsì-onílẹ́tà	post office	9
òjògbọ́n	Professor	1
òkọ̀-sísọ	javelin	8
òpá	yard	4
òrẹ́	friend	2
òréré	furlong, horizon	4
ọrùn	neck	2
òrún-dún	century	4
òsa	lagoon	6
òsán	afternoon	3
òsányìn	god of healing	14
òsẹ̀	week	4
ọwọ́	hand	2
òyà	fees paid for a service	11
páàkì	park	7
pásípọ́ọ̀tù	passport	9
patí	party	15
pèrò	to plan	6
pláànù	plan	6
pọ́ọ́kú	cheap	12
póòpù	pope	12
posọ́fíìsì	post office	9
pọ́un	pound	7
pròfẹ́sọ̀	professor	1
pupa	red	12
púpọ̀	much, many	12
pápá-ìṣeré	field	5

pẹ̀lú	with	5
pléènì	plane	5
rajà-lókèèrè̀	import (goods)	4
rajà	buy (goods)	4
rárá	no	7
rélùwéè	railway (train)	5
rí	to see	1
ribá	bribe	11
rilíjìọ̀nù	religion	3
riplái	reply	9
sálári	salary	11
sàn (ju)	to be better (than)	15
sinimá	cinema	5
sísì	sixpence	6
sọ́bujẹ́ẹ̀tì	subject	10
sọ́bújẹ́ẹ̀tì	subject	3
sọ́kà	soccer	8
stámpù	stamp	9
stọ́ọ̀	store	4
sùn	to sleep	2
Ṣìkágò	Chicago	2
ṣílè	shilling	6
ṣòkòtò	trousers	15
ṣọ́ọ̀bù	shop	4
ṣọ́ọ̀ṣì	church	12
ṣọ̀pọ̀ná	smallpox	14
ṣùgbọ́n	but	4

GLOSSARY YORUBA-ENGLISH

tajà-sókèèrè	export (goods)	4
tajà	sell (goods)	4
tẹ́nìisì	tennis	8
tíṣà	teacher	1
tììṣì	teach	3
tíréni	training, apprenticeship	11
titun	new	12
tọ́rọ́	threepence	6
tréèni	train	6
tuntun	new	12
tútù	cold	12
tẹlifíṣọ̀nù	television	7
tẹlifóònù	telephone	7
wá	to come	1
ọtíi wáìnì	wine	15
wákàti	hour	15
wúndíá	virgin	7
yáàdì	yard	4
yunifásitì	university	1
Yúróòpù	Europe	6
yẹsà	Yes, sir	9
yẹsìmà	Yes, madame	9

Beginner's Yoruba

AUDIO TRACK LIST

Audio Track List

 Audio files available for download at:
http://www.hippocrenebooks.com/beginners-online-audio.html

Folder One

Track	Lesson	Topic
1	1.1	Dialogue for repetition
2	1.2.1	Male names
3	1.2.2	Female names
4	1.3	Alphabet and pronunciation
5	1.4	Greetings
6	1.5	Vocabulary
7	2.1	Dialogue for repetition
8	2.2	Vocabulary
9	2.3	Expressions
10	2.5	Tone patterns and signs
11	3.1	Dialogue
12	3.1	Dialogue for repetition
13	3.2	Vocabulary
14	3.3	Expressions
15	4.1	Dialogue
16	4.1	Dialogue for repetition
17	4.2	Vocabulary
18	4.3	Expressions
19	5.1	Dialogue
20	5.1	Dialogue for repetition
21	5.2	Vocabulary
22	5.3	Expressions
23	6.1	Dialogue
24	6.1	Dialogue for repetition
25	6.2	Vocabulary
26	6.3	Expressions
27	7.1	Dialogue
28	7.1	Dialogue for repetition
29	7.2	Vocabulary
30	7.3	Expressions
31	8.1	Dialogue
32	8.1	Dialogue for repetition
33	8.2	Vocabulary
34	8.3	Expressions

Folder Two

Track	Lesson	Topic
1	9.1	Dialogue
2	9.1	Dialogue for repetition
3	9.2	Vocabulary
4	9.3	Expressions
5	10.1	Dialogue
6	10.1	Dialogue for repetition
7	10.2	Vocabulary
8	10.3	Expressions
9	11.1	Dialogue
10	11.1	Dialogue for repetition
11	11.2	Vocabulary
12	11.3	Expressions
13	12.1	Dialogue
14	12.1	Dialogue for repetition
15	12.2	Vocabulary
16	12.3	Expressions
17	13.1	Dialogue
18	13.1	Dialogue for repetition
19	13.2	Vocabulary
20	13.3	Expressions
21	14.1	Dialogue
22	14.1	Dialogue for repetition
23	14.2	Vocabulary
24	14.3	Expressions
25	15.1	Dialogue
26	15.1	Dialogue for repetition
27	15.2	Vocabulary
28	15.3	Expressions

Bibliography

The following books are recommended for further reference or study of the Yoruba language. Many of them were consulted in writing this book.

Abmbola, 'Wande. *IFA – An Exposition of Ifa Literary Corpus*. Athelia Henrietta Press, New York, 1997.

Abraham, R.C. *Dictionary of Modern Yoruba*. Hodder & Stoughton, London, 1946.

Fabunmi, Chief M.A. *Yoruba Idioms*. African Universities Press, Ibadan, 1969.

Fakinlede, Kayode J. *Yoruba-English/ English-Yoruba Modern Practical Dictionary*. Hippocrene Books, Inc., New York, 2003.

Rowlands, E.C. *Teach Yourself Yoruba*. NTC Publishing Group, Hodder & Stoughton, London, 1994.

YORÙBÁ GBÒDE: *Jóna Egbe Akómolédè Ati Asa Yorùbá, Ilê Näijiria*, Vol. 2, No. 1. (August, 1997)

www.ingramcontent.com/pod-product-compliance
Lightning Source LLC
Chambersburg PA
CBHW071659160426
43195CB00012B/1523